മാത്തമാജിക്

mathemagic
educational
•
jessy narayanan
•
first edition
october 2007
•
third edition
january 2013
•
fourth edition
january 2017
•
published & typesetting
chintha publishers, thiruvananthapuram
•
cover
midas
•
illustration
anil vega

വിതരണം

ദേശാഭിമാനി ബുക്ക് ഹൗസ്

H O തിരുവനന്തപുരം–695 035

phone: 0471-2303026, 6063026

www.chinthapublishers.com

chinthapublishers@gmail.com

ബ്രാഞ്ചുകൾ

ഹെഡ്ഡാഫീസ് ബ്രാഞ്ച് കുന്നുകുഴി • സ്റ്റാച്യു തിരുവനന്തപുരം • കെ എസ് ആർ ടി സി ബസ് സ്റ്റേഷൻ ആലപ്പുഴ • കെ എസ് ആർ ടി സി ബസ് സ്റ്റേഷൻ എറണാകുളം • മച്ചിങ്ങൽ ലെയ്ൻ തൃശൂർ • ഐ ജി റോഡ് കോഴിക്കോട് • മാവൂർ റോഡ് കോഴിക്കോട് • എൻ ജി ഒ യൂണിയൻ ബിൽഡിങ് കണ്ണൂർ • സെൻട്രൽ ബസ് ടെർമിനൽ കോംപ്ലക്സ് താവക്കര കണ്ണൂർ

CR - 1556 / 4029
ISBN - 978-93-82808-10-7

മാത്തമാജിക്

ജെസി നാരായണൻ

ചിന്ത പബ്ലിഷേഴ്സ്
തിരുവനന്തപുരം-695 035

ജെസി നാരായണൻ

കോട്ടയം ജില്ലയിലെ കാഞ്ഞിരപ്പള്ളിയിൽനിന്ന് കുടിയേറ്റ മേഖലയായ നിലമ്പൂരിൽ താമസമാക്കിയ കർഷകകുടുംബം. 1968 ൽ ജനനം. ഗവ.എൽ പി സ്കൂൾ പെടയന്താൾ, ഗവ. യു പി സ്കൂൾ ചോക്കാട്, ഗവ. ഹൈസ്കൂൾ പൂക്കോട്ടുംപാടം, എം ഇ എസ് കോളേജ് മമ്പാട് എന്നിവിടങ്ങളിൽ വിദ്യാഭ്യാസം. ഇക്കണോമിക്സിൽ ബിരുദം. മലയാളസാഹിത്യത്തിൽ ബിരുദാനന്തര ബിരുദവും ജേർണലിസത്തിൽ ഡിപ്ലോമയും. മാജിക്രംഗത്ത് പതിനഞ്ചുവർഷത്തെ പ്രാവീണ്യം.

ദേശാഭിമാനി, സ്ത്രീശബ്ദം, കലാകൗമുദി, കുടുംബശ്രീ മിഷൻ എന്നീ സ്ഥാപനങ്ങളിൽ റിപ്പോർട്ടറും അസിസ്റ്റന്റ് എഡിറ്ററുമായി പ്രവർത്തിച്ചു. *മാന്ത്രികക്കൂടാരത്തിലെ ഓർമകൾ, ഇ എം എസിലേക്കൊരു ജാലകം, കേരളത്തിലെ മുഖ്യമന്ത്രിമാർ, നിയമപ്രകാരം* എന്നീ പുസ്തകങ്ങൾ പ്രസിദ്ധീകരിച്ചിട്ടുണ്ട്. 2010 ലെ മികച്ച യുവ എഴുത്തുകാരിക്കുള്ള അവനീബാല പുരസ്കാരം, 2012 ലെ മികച്ച ജെന്റർ റിപ്പോർട്ടിങ്ങിനുള്ള ലാഡ്‌ലി മീഡിയ അവാർഡ് എന്നിവ ലഭിച്ചിട്ടുണ്ട്.

ഇപ്പോൾ healthwatchmalayalam.com എന്ന ആരോഗ്യ വെബ്ന്യൂസ് പോർട്ടലിന്റെ സ്പെഷ്യൽ കറസ്പോണ്ടന്റ്.

ഭർത്താവ് : ഗോപി നാരായണൻ

മകൾ : ആർച്ച

വിലാസം : കുരിശുകുന്നേൽ
കവളമുക്കട്ട പി ഒ
മലപ്പുറം ജില്ല - 679 332

ഉള്ളടക്കം

ആമുഖം

നമ്മുടെ കുട്ടികളിൽ ഭൂരിപക്ഷവും ഗണിതശാസ്ത്ര ത്തോട് വിരക്തിയുള്ളവരാണ്. കണക്ക് തലയിൽ കയ റാത്തൊരു വിഷയമായി കരുതുന്നവരും ഈ വിഷയത്തെ ഭയക്കുന്നവരുമാണ് ഏറെയും. കണക്കുമാഷാണെങ്കിൽ ഇത്തരക്കാരുടെ പേടിസ്വപ്നവുമായിരിക്കും. മറ്റു വിഷ യങ്ങളെ സമീപിക്കുന്ന ലാഘവത്തോടെ മാത്തമാറ്റിക്സ് ഉൾക്കൊള്ളാനാവുന്നില്ല എന്നതാണ് കാരണം. ഒരു ക്ലാസ്സിൽ രണ്ടോ മൂന്നോ മിടുക്കന്മാർ ഒഴിച്ചാൽ ബാക്കി എല്ലാവരെയും ബാധിക്കുന്ന ഒരു പൊതുപ്രശ്നമാണ് കണക്കിന്റെ കടുകട്ടി.

ബുദ്ധിയുടെ എക്സർസൈസ് ആവശ്യമുള്ള ഒരു കല യായി കാണാൻ തയാറായാൽ മാത്തമാറ്റിക്സ് രസകര മായൊരു വിഷയമായി മാറും. അദ്ധ്യാപകൻ കുട്ടികളുടെ ചങ്ങാതിയായിത്തീരും. അതിന് സഹായിക്കുന്ന ചില സൂത്രപ്പണികളാണ് മാജിക്കിന്റെ മേമ്പൊടി ചേർത്ത് ഈ പുസ്തകത്തിൽ അവതരിപ്പിക്കുന്നത്. അദ്ധ്യാപകർക്കും കുട്ടികൾക്കും ഒരുപോലെ അഭ്യസിക്കാനും അവതരിപ്പി

ക്കാനും സാധ്യമായ തരത്തിൽ വളരെ ലളിതമായ ഭാഷ
യിൽ ചിത്രങ്ങളുടെ സഹായത്തോടെയാണ് വിദ്യകൾ
വെളിപ്പെടുത്തുന്നത്. ജാലവിദ്യയും മാത്തമാറ്റിക്സും മനഃ
ശാസ്ത്രവും സമന്വയിച്ച് കഥയിലൂടെ ഉൾക്കൊള്ളാനാ
വുംവിധം പരിപാകപ്പെടുത്തിയിട്ടുള്ള ഈ 'മാത്തമാജിക്'
നമുക്ക് ചുറ്റും ലഭ്യമായ കൊച്ചുകൊച്ചു വസ്തുക്കൾ ഉപ
യോഗിച്ച് അവതരിപ്പിക്കാവുന്നതേയുള്ളൂ.

കാണികളെ അമ്പരപ്പിക്കാനുള്ള തന്ത്രം രഹസ്യമായി
സൂക്ഷിച്ചുകൊണ്ട് ഇതിലെ കലാംശത്തെ കാത്തുസൂക്ഷി
ക്കാൻ പ്രത്യേകം ശ്രദ്ധിക്കണം. ആൾക്കൂട്ടത്തിൽ ശ്രദ്ധ
പിടിച്ചുപറ്റാനും ഒപ്പം കണക്കിനെ ഇഷ്ടവിഷയമാക്കാനും
ഉതകുന്ന മാത്തമാജിക്കുകൾ വളരെ ശ്രദ്ധയോടെ വായിച്ച്
അഥവാ മുതിർന്നവരുടെ സഹായത്തോടെ മനസ്സിലാക്കി,
പലതവണ പ്രാക്ടീസ് ചെയ്ത് ആത്മവിശ്വാസം വന്ന
തിനുശേഷം മറ്റൊരാളുടെ മുന്നിൽ അവതരിപ്പിക്കുക.

ജെസി നാരായണൻ

1

ദീപയുടെ പ്രവചനം ഫലിച്ചു

അന്ന് ക്ലാസ്സിൽ സാലിടീച്ചർ വന്നപ്പോൾ കുട്ടികളു ടെയെല്ലാം മുഖത്ത് ഒരു പ്രത്യേക പ്രകാശം. ടീച്ചർ വരു മ്പോൾ രമ്യയും അനൂപും ബാലശങ്കറുമൊഴികെയുള്ള വരെല്ലാം തലതാഴ്ത്തിയിരിക്കുകയാണല്ലോ പതിവ്. ടീച്ച റുടെ മുഖത്തേക്കു നോക്കിയാൽ ചോദ്യം ചോദിച്ചാലോ എന്ന പേടിയാണവർക്ക്. സാലിടീച്ചർ വളരെ ദയാലുവാ ണെങ്കിലും ഗുണനപ്പട്ടിക പഠിക്കാതെ വരുന്നവരെ ടീച്ചർ ചൂരലിന്റെ ചൂടറിയിക്കും. സാലിടീച്ചർക്ക് ആകാംക്ഷയായി. ആരുടെയെങ്കിലും ബർത്ത്ഡെയായിരിക്കുമെന്നാണ് ടീച്ചർ ആദ്യം കരുതിയത്. പക്ഷെ, എല്ലാവരും യൂണിഫോ മിൽത്തന്നെയാണിരിക്കുന്നത്! എന്തായാലും കാര്യമൊന്ന് അന്വേഷിക്കാൻതന്നെ സാലിടീച്ചർ തീരുമാനിച്ചു.

"എന്തുപറ്റി, എല്ലാവരുടെയും മുഖത്ത് പതിവില്ലാ ത്തൊരു പ്രസാദം?"

അതു മുഴുവൻ കേൾക്കുംമുമ്പ് രമ്യ ചാടിയെഴുന്നേറ്റു നിന്നു ഒറ്റശ്വാസത്തിൽ കാര്യവും പറഞ്ഞുതീർത്തു.

"ടീച്ചർ, ദീപ ക്ലാസ്സിൽ മായാജാലം കാണിച്ചു, കണ ക്കുകൊണ്ടുള്ള നമ്പറാ, അനൂപ് മനസ്സിൽ വിചാരിച്ച

കാര്യം ദീപ മുൻകൂട്ടി പ്രവചിച്ചു. പ്രവചനം ശരിക്കും ഫലിച്ചു ടീച്ചർ."

"ങ്ഹാ, കൊള്ളാമല്ലോ, ദീപ ഇങ്ങു വരൂ, ഞാനൊന്നു കാണട്ടെ നിന്റെ പ്രവചനവിദ്യ."

പേടിച്ചു വിറച്ചിരിക്കുകയായിരുന്നു ദീപ. രമ്യയോടവൾക്ക് അങ്ങേയറ്റം ദേഷ്യം തോന്നി. ക്ലാസ്സിൽ ജാലവിദ്യ കാണിച്ചതിന്റെ പേരിൽ ടീച്ചർ ചെവിക്കുപിടിക്കുമെന്നാണ് അവൾ കരുതിയത്. പേടികൊണ്ട് പഠിച്ച വിദ്യ മറന്നുപോയപോലെ ദീപയ്ക്കു തോന്നി. ദീപയുടെ പരുങ്ങൽ കണ്ടപ്പോൾ ടീച്ചർ പറഞ്ഞു:

"ദീപ പേടിക്കാതെ ചെയ്തോളൂ. എല്ലാവരും ഒന്നു കയ്യടിച്ചേ."

ക്ലാസ്സിൽ കയ്യടിയുടെ പെരുമഴ. ദീപയുടെ ഭയം പമ്പകടന്നു. അവൾ തന്റെ നോട്ടുബുക്കിൽനിന്നും ഒരു വെള്ളത്താള് കീറിയെടുത്ത് അതിൽ ആരും കാണാതെ എന്തോ കുറിച്ചു. എന്നിട്ട് നാലായി മടക്കി തൂവാലയിൽ പൊതിഞ്ഞു.

"ടീച്ചർ, ഈ തൂവാലയ്ക്കുള്ളിൽ ഒരു പ്രവചനമാണ്. ഞാൻ പറ

യാതെ ഇതു തുറന്നുനോക്കാൻ പാടില്ല. ടീച്ചറിത് ഭദ്ര
മായി സൂക്ഷിക്കണം."

ദീപയുടെ വാക്കുകൾ കേട്ടപ്പോൾ ടീച്ചർക്ക് ചിരി
വന്നു. വലിയ ആകാംക്ഷയും. ടീച്ചർ ആ പൊതി വാങ്ങി
ഹാജർബുക്കിനുള്ളിൽ വച്ചു. എന്നിട്ട് കയ്യുംകെട്ടി നിന്നു.

ദീപ തന്റെ റഫ്നോട്ടുബുക്ക് ടീച്ചർക്ക് കൊടുത്തിട്ടു
പറഞ്ഞു.

"ടീച്ചറുടെ ഓർമ്മയിൽ പ്രധാന സംഭവങ്ങൾ നടന്ന
ചില വർഷങ്ങളാണ് ഞാൻ ചോദിക്കാൻ പോകുന്നത്.
ഓരോ ചോദ്യത്തിന്റെയും ഉത്തരം താഴെത്താഴെയായി
ടീച്ചർ നോട്ടുബുക്കിലെഴുതണം, ഓകേ...."

"ഓകെ" ടീച്ചർ ഗൗരവം ഭാവിച്ചുകൊണ്ട് പറഞ്ഞു.

"ഒന്നാമതായി ടീച്ചർ ജനിച്ചവർഷം അല്പനേരം മന
സ്സിൽ വിചാരിക്കുക. എന്നിട്ട് ബുക്കിൽ എഴുതുക."

ടീച്ചർ എഴുതിക്കഴിഞ്ഞപ്പോൾ ദീപയുടെ അടുത്ത
ചോദ്യം.

"ഇനി ടീച്ചർ ആദ്യമായി സ്കൂളിൽ പഠിപ്പിക്കാനെ
ത്തിയ വർഷം അതിനു താഴെ എഴുതണം."

"ഉം, ശരി" ടീച്ചർ അടുത്ത ചോദ്യത്തിനായി കാതോർ
ത്തുനിന്നു.

"ടീച്ചറുടെ ആദ്യത്തെ കുഞ്ഞുണ്ടായ വർഷം മനസ്സി
ലോർത്തുകൊണ്ട് എഴുതുക."

ടീച്ചർ ചിരിയടക്കിക്കൊണ്ട് ആ വർഷവും നോട്ടുബു
ക്കിൽ കുറിച്ചു.

കുട്ടികൾ ദീപയെയും ടീച്ചറെയും മാറിമാറി നോക്കി
ക്കൊണ്ട് ഇരിക്കുകയാണ്. ഇത്തവണ ദീപയ്ക്കു പിഴയ്ക്കു
മോയെന്ന ആശങ്ക ചിലർക്കെങ്കിലുമുണ്ട്.

ടീച്ചർ വീണ്ടും സവിശേഷതകളുള്ള ചില വർഷങ്ങൾ
ക്കൂടി ദീപയുടെ നിർദ്ദേശമനുസരിച്ച് നോട്ടുബുക്കിലെഴുതി.

അതിനുശേഷം ടീച്ചറുടെ വയസ്സെഴുതണമെന്നതാ
യിരുന്നു ദീപയുടെ ആവശ്യം.

വർഷങ്ങളെഴുതിയതിനു താഴെയായി ടീച്ചർ തന്റെ
വയസ്സ് രേഖപ്പെടുത്തി.

"ഇനി ടീച്ചർ ചെയ്യേണ്ടത് ടീച്ചർ ഓർമ്മയിൽനിന്നെ
ഴുതിയ വർഷങ്ങളും ഓരോ സംഭവവും കഴിഞ്ഞിട്ടിപ്പോൾ
എത്ര വർഷമായി എന്ന് കണ്ടുപിടിച്ച് അതിനുതാഴെയായി
ക്രമത്തിലെഴുതണം."

സാലി ടീച്ചർ അങ്ങനെ വർഷങ്ങളടക്കം മൊത്തം
പത്തു സംഖ്യകൾ താഴെത്താഴെയായി എഴുതിയിരുന്നു.
ബുക്കിൽ എഴുതിയ സംഖ്യകളെല്ലാംകൂടി കൂട്ടിയെഴുതു
ക എന്നതായിരുന്നു അടുത്തപടി.

ടീച്ചർ കണക്കുകൂട്ടുന്നതുനോക്കി കുട്ടികൾ ശ്വാസമ
ടക്കിയിരുന്നു.

നിമിഷങ്ങൾക്കകം ടീച്ചർക്ക് ഉത്തരം കിട്ടിക്കഴിഞ്ഞു.

"ടീച്ചർക്ക് കൂട്ടിയപ്പോൾ കിട്ടിയ നമ്പർ ബോർഡി
ലെഴുതാമോ?"

ടീച്ചർ അതുപോലെ ചെയ്തു.

"ഇനി ഹാജർബുക്കിലെ പൊതിയഴിച്ച് കടലാസിലെ
ഴുതിയിരുന്ന സംഖ്യ നോക്കൂ." ദീപ ആവശ്യപ്പെട്ടു.

ടീച്ചർ ധൃതിയിൽ തൂവാലയുടെ മടക്കുകൾ നിവർത്തി
കടലാസിലെ സംഖ്യയിലേക്കു നോക്കി.

ടീച്ചറുടെ കണ്ണുകൾ അത്ഭുതംകൊണ്ടു വിടർന്നു!
ബോർഡിലെ നമ്പറിലേക്കും ദീപ പ്രവചിച്ചെഴുതിയ നമ്പ
റിലേക്കും ടീച്ചർ മാറിമാറി നോക്കി. രണ്ടും ഒരേ നമ്പർ!

"ഇതെങ്ങനെ സംഭവിച്ചു?" ടീച്ചർക്ക് ആകാംക്ഷ അട ക്കാനായില്ല.

"പറയാം, പക്ഷേ ഇവരാരും കേൾക്കാതെ രഹസ്യ മായേ പറയൂ."

ദീപ അതു പറഞ്ഞപ്പോൾ കൂട്ടുകാരുടെ മുഖം വാടി. രഹസ്യം ചോർത്തിയെടുക്കാമെന്നുള്ള വ്യാമോഹത്തിലാ യിരുന്നല്ലോ അവർ. ദീപ തന്ത്രപൂർവ്വം പണി പറ്റിച്ചല്ലോ എന്നോർത്തപ്പോൾ അവർക്ക് നിരാശയായി.

ഓരോ സംശയങ്ങൾ ടീച്ചറെ അലട്ടിക്കൊണ്ടിരുന്നു. 'താൻ ജനിച്ചവർഷം ആ കുട്ടിക്കെങ്ങനെയറിയാം? താൻ ഈ നാട്ടുകാരിപോലുമല്ല. എന്നിട്ടും.....ഓരോ സംഭവങ്ങ ളുടെയും വർഷങ്ങൾ ആ കുട്ടി എങ്ങനെ മനസിലാക്കി....?' ടീച്ചർ തലപുകഞ്ഞാലോചിച്ചു.

ഇന്റർവെൽ സമയം കാത്തിരിക്കുകയായിരുന്നു സാലിടീച്ചർ. സ്റ്റാഫ്റൂമിലെത്തിയ ദീപ സ്വകാര്യമായി ടീച്ച റോട് ആ മാത്തമാജിക്കിന്റെ രഹസ്യം പറയാൻ തുടങ്ങി:

"ഇത് വളരെ നിസ്സാരമായൊരു വിദ്യയാണ് ടീച്ചർ. പക്ഷേ, ടീച്ചറിത് മറ്റാരോടും പറയരുത്. ടീച്ചറുടെ എല്ലാ ഡിവിഷനുകളിലും ഈ വിദ്യ കാണിച്ച് കുട്ടികളെ രസി പ്പിക്കാമല്ലോ."

അതു കേട്ടപ്പോൾ ടീച്ചർക്ക് ആവേശം കൂടി. ക്ലാസ്സിൽ കണക്കു പഠിപ്പിക്കുമ്പോൾ ഉറക്കം തൂങ്ങുന്നവരെക്കുറി ച്ചാണ് ടീച്ചറപ്പോൾ ഓർമ്മിച്ചത്. 'ഇത് നല്ല ഉപായം തന്നെ. മാത്തമാജിക്കിലൂടെ കുട്ടികളെ കണക്കിലേക്ക് അടുപ്പിക്കാം.......'

ടീച്ചർ ദീപയുടെ ചുണ്ടിലേക്ക് ഉറ്റുനോക്കി.

ആ നുണക്കുഴിക്കവിളിലെ മന്ദസ്മിതം കണ്ടപ്പോൾ സാലിടീച്ചർക്ക് വല്ലാത്ത കൗതുകം തോന്നി.

"ജനിച്ച വർഷവും വയസ്സും കൂട്ടിയാൽ ഇപ്പോഴത്തെ വർഷമാണ് ഉത്തരം കിട്ടുക, അല്ലേ ടീച്ചർ?"

ടീച്ചർക്ക് ചെറിയ ജാള്യത തോന്നി. ശരിയാണ്, ഇത്ര നിസ്സാരമായ കാര്യം താൻ ഓർമ്മിച്ചതേയില്ല.

"അതുപോലെതന്നെ ഓരോ സംഭവത്തിന്റെയും വർ ഷവും സംഭവം കഴിഞ്ഞിട്ടെത്ര വർഷമായോ ആ സംഖ്യ യും കൂട്ടുമ്പോൾ ഉത്തരം നടപ്പുവർഷമേതാണോ അതാ യിരിക്കും.

ഉദാഹരണത്തിന്, ടീച്ചർ ജനിച്ചത് 1970 ലാണ് എന്നു കരുതുക.

ടീച്ചർക്കിപ്പോൾ 37 വയസ്സുണ്ട്. അപ്പോൾ, 1970+37 =2007 എന്നായിരിക്കും ഉത്തരം."

പിന്നീട് ദീപ പ്രവചനത്തെക്കുറിച്ചും ടീച്ചർക്കു വിശ ദീകരിച്ചുകൊടുത്തു:

"അതായത് എത്ര ചോദ്യമാണ് ചോദിക്കാനുദ്ദേശി ക്കുന്നത് എന്ന് ആദ്യം തിട്ടപ്പെടുത്തുക. പിന്നെ ഒന്നു മാ ത്രമേ ചെയ്യാനുള്ളൂ. നടപ്പുവർഷത്തെ, ചോദ്യങ്ങളുടെ എണ്ണംകൊണ്ട് ഗുണിക്കുക. അതായത് 2007 എന്ന വർ ഷത്തെ 5 കൊണ്ടു ഗുണിച്ചെഴുതിയാൽ പിന്നെ അഞ്ചു ചോദ്യങ്ങൾ മാത്രമേ ചോദിക്കാൻ പാടുള്ളൂ എന്നർത്ഥം. പിന്നെ പ്രവചനം പിഴയ്ക്കുമെന്ന ശങ്കയേ വേണ്ട."

സാലിടീച്ചർ ദീപയെ കെട്ടിപ്പിടിച്ചു.

"കുട്ടി എവിടെനിന്നാണ് ഈ വിദ്യ പഠിച്ചത്?" ടീച്ചർ ക്ക് അതറിയാനായിരുന്നു തിടുക്കം.

"എന്റെ അങ്കിൾ ബർത്ത്ഡേ ഗിഫ്റ്റായി ഒരു പുസ്ത കമാണ് ഇത്തവണ തന്നത്. 'മാത്തമാജിക്' എന്ന പുസ് തകം. അതിലെ ട്രിക്കാണിത്."

"ടീച്ചർക്കും അത്തരമൊരു പുസ്തകം കൊണ്ടുവരാൻ അങ്കിളിനോടു പറയണം."

സാലിടീച്ചർ പറഞ്ഞു. ദീപ തലയാട്ടി.

ദീപയെപ്പോലെ നിങ്ങൾക്കും ക്ലാസ്സിലെ സ്റ്റാറാ കണ്ടേ? എങ്കിൽ ഇപ്പോൾതന്നെ ഈ വിദ്യ ഒരു തവണ സ്വയം ചെയ്തുനോക്കൂ. അതിനുശേഷം ഒരു കാഴ്ചക്കാ രന്റെ മുന്നിൽ. പിന്നീട് സദസ്സിന്റെ മുന്നിലെത്താം; ആത്മ വിശ്വാസത്തോടെ.

2

‘ഓഡി’നെ ‘ഈവ’നാക്കുന്ന വിദ്യ

അന്ന് സ്കൂളിൽ സാഹിത്യസമാജത്തിന്റെ മീറ്റിങ് നടക്കുകയായിരുന്നു. ഉറക്കംതൂങ്ങികളെയെല്ലാം ഉഷാറാക്കാനായി സേതുമാസ്റ്റർ ഒരു ഉപായം കണ്ടെത്തി. ദീപയുടെ മാത്തമാജിക്! ദീപയോട് തലേന്നുതന്നെ മാഷ് ഇക്കാര്യം അവതരിപ്പിച്ചിരുന്നു. ദീപ പാതിരാവരെ കുത്തിയിരുന്ന് പരിശീലനം നടത്തുകയും ചെയ്തു. പക്ഷേ, കുട്ടികൾ അങ്ങനെ ഒരു സന്ദർഭം പ്രതീക്ഷിച്ചതേയില്ല.

പതിവിൽനിന്ന് വ്യത്യസ്തമായി സാഹിത്യസമാജം മീറ്റിങ്ങിൽ മാത്തമാജിക് എന്ന ഒരിനംകൂടി ഉൾപ്പെടുത്തി എന്നറിഞ്ഞ കുട്ടികൾ ആവേശത്തോടെ കയ്യടിച്ചു. കാരണം അവർക്കെല്ലാം ദീപയുടെ വിദ്യകൾ എന്നും കാണണമെന്നുണ്ട്. പക്ഷേ, സ്കൂളിൽ ശ്രദ്ധേയയായതോടെ ദീപയ്ക്കിപ്പോൾ അല്പം തലക്കനമൊക്കെയുണ്ട്. അദ്ധ്യാപകർ ആവശ്യപ്പെട്ടാൽ മാത്രമേ ദീപ മാത്തമാജിക് ചെയ്യൂ. അങ്ങനെ ലഭിക്കുന്ന അപൂർവ്വം സന്ദർഭങ്ങളിലൊന്നായിരുന്നു ആ സാഹിത്യസമാജം മീറ്റിങ്.

പരിപാടിയുടെ ഏറ്റവും ഒടുവിലത്തെ ഇനമാണ് ദീപയുടെ കണക്കുവിദ്യ. അതുകൊണ്ടുതന്നെ മീറ്റിങ്ങിന്റെ

ആദ്യാവസാനംവരെ കുട്ടികൾ സജീവമായി കാണപ്പെട്ടു. കഥ, കടങ്കഥ, കവിത, പ്രസംഗം, സംഗീതം.......ഒടുവിൽ ദീപയുടെ ഊഴമായി. ദീപ എഴുന്നേറ്റ് മുന്നിലേക്കു വന്നു.

"ദീപയ്ക്ക് എന്തെങ്കിലും വസ്തുക്കൾ ആവശ്യമുണ്ടോ?" സേതുമാസ്റ്റർ ചോദിച്ചു.

ദീപ ഒന്ന് ചുറ്റും നോക്കി. എന്നിട്ട് സേതുമാസ്റ്ററോടു പറഞ്ഞു:

"എനിക്ക് കുറച്ച് കാർഡുകൾ വേണം."

കേട്ടപാടെ അമൽ എഴുന്നേറ്റുനിന്നു ചോദിച്ചു:

"ഐഡി കാർഡു മതിയോ ദീപാ...."

"ഓ മതി മതി."

കുട്ടികളിൽ ചിലർ തങ്ങളുടെ ഷർട്ടിൽ പിൻചെയ്തിട്ടിരുന്ന ഫോട്ടോ പതിച്ച തിരിച്ചറിയൽ കാർഡുകൾ ഊരിയെടുത്തു.

കാർഡുകളെല്ലാം അമൽതന്നെയാണ് വാങ്ങി പിടിച്ചിരിക്കുന്നത്.

സേതുമാസ്റ്ററുടെ രണ്ട് കൈപ്പത്തികളും മുഷ്ടിചുരുട്ടി മേശപ്പുറത്ത് ഉറപ്പിച്ചുവയ്ക്കാൻ ദീപ ആവശ്യപ്പെട്ടു. സേതുമാസ്റ്റർ അങ്ങനെ ചെയ്തപ്പോൾ കുട്ടികൾ കയ്യടിച്ചു.

"ഇനി അമൽ ഓരോ ജോഡി കാർഡുകളെടുത്ത് സാറിന്റെ വിരലുകൾക്കിടയിൽ തിരുകി വയ്ക്കണം."

ദീപ പറഞ്ഞതുപോലെ അമൽ ഓരോ ജോഡി കാർഡെടുത്ത് വിരലുകൾക്കിടയിൽ വയ്ക്കാൻ തുടങ്ങി. ഒടുവിലത്തെ കാർഡുകളെടുത്തപ്പോൾ ദീപ അമലിനെ തടഞ്ഞു.

"അമൽ, ഒടുവിലത്തെ വിരലിനിടയിൽ ഒരു കാർഡു മാത്രം വയ്ക്കൂ.."

കുട്ടികളുടെയെല്ലാം മുഖത്ത് ചോദ്യമുയർന്നു. 'അതെന്താണാവോ ഒരിടത്തുമാത്രം ഒറ്റക്കാർഡ്?!

ദീപ ബോധപൂർവ്വംതന്നെയാണ് അങ്ങനെ ചെയ്ത തെന്ന് സേതുമാസ്റ്റർക്കറിയാമായിരുന്നു.

തുടർന്ന് ദീപ ചോക്കുകൊണ്ട് മേശപ്പുറത്ത് രണ്ടു കൊച്ചു വൃത്തങ്ങൾ വരച്ചു. ഒന്നാമത്തെ വൃത്തത്തിനു ള്ളിൽ A എന്നും മറ്റേതിൽ B എന്നും എഴുതിവച്ചു. എന്നിട്ട് മാസ്റ്ററുടെ വിരലുകൾക്കിടയിൽനിന്നും ഒരു ജോഡി കാർഡെടുത്ത് ഒരെണ്ണം A വട്ടത്തിലും മറ്റേത് B വട്ടത്തിലും വച്ചു. അടുത്ത ജോഡികളും ഇതുപോലെ ഓരോ അട്ടിയിലുമായി മേൽക്കുമേലെ പകുത്തുവച്ചു.

അവസാനത്തെ കാർഡ് ഒറ്റക്കാർ ഡാണല്ലോ. അതെവിടെവയ്ക്കു മെന്നായി കുട്ടികളുടെ ചിന്ത.

ആ ഒറ്റക്കാർഡ് ഉയർത്തിപ്പി ടിച്ചുകൊണ്ട് ദീപ എല്ലാവരോടു മായി ചോദിച്ചു:

"ഈ ഒറ്റക്കാർഡ് എ വിടെ വയ്ക്കണം?"

കുട്ടികൾ കലപില കൂട്ടിയപ്പോൾ സേതുമാസ്റ്റർ ഇട പെട്ടു.

"ഒരാൾ എഴുന്നേറ്റുനിന്നു പറയൂ."

ആദ്യം ചാടിയെഴുന്നേറ്റ സുഹറ പറഞ്ഞത് B -വട്ട ത്തിനുള്ളിൽ വയ്ക്കാനാണ്.

"ശരി, സുഹറതന്നെ ഈ കാർഡ് B വട്ടത്തിൽ വച്ചോളൂ."

സുഹറ കാർഡ് Bവട്ടത്തിൽ വച്ചുകഴിഞ്ഞു.

"ഓകെ, ഇപ്പോൾ എന്താണ് സംഭവിച്ചിരിക്കുക?

"Bവട്ടത്തിൽ ഒന്ന് എക്സ്ട്രാ വരും."

"കറക്ട്" ദീപ സമ്മതിച്ചു.

"അപ്പോൾ A വട്ടത്തിനുള്ളിലെ കാർഡുകൾക്കെന്തു സംഭവിച്ചിരിക്കുമെന്ന് നോക്കണ്ടേ?"

കുട്ടികൾ ദീപയുടെ മുഖത്തേക്കുതന്നെ ഉറ്റുനോക്കി യിരുന്നു.

ദീപ A വട്ടത്തിൽ വച്ച കാർഡുകളെടുത്ത് ഓരോ ജോഡിയായി എണ്ണി മേശപ്പുറത്തേക്കിട്ടു. ഒടുവിൽ ദീപ യുടെ കയ്യിൽ ഒരു കാർഡുമാത്രം അവശേഷിച്ചു!

"അതെങ്ങനെ? നമ്മൾ ഒറ്റക്കാർഡ് വച്ചത് B വട്ടത്തി ലല്ലേ?"

സുഹറ അത്ഭുതത്തോടുകൂടി ചോദിച്ചു.

"ആണല്ലോ? ഇവിടെ അത്ഭുതം സംഭവിച്ചു കഴിഞ്ഞി രിക്കുന്നു!"

സംശയം തീർക്കാനായി സുഹറ ഒറ്റക്കാർഡുവച്ച B വട്ടത്തിലെ കാർഡുകൾ ദീപ ജോഡികളായി എണ്ണിക്കാ ണിച്ചു. അത്ഭുതം! എല്ലാം ജോഡികളായിരിക്കുന്നു. അപ്പോൾ അവിടെയുണ്ടായിരുന്ന ഒറ്റക്കാർഡ് എങ്ങനെ തങ്ങളറിയാതെ A വട്ടത്തിലെത്തി? അതാണ് ഓരോരു ത്തർക്കും അറിയേണ്ടിയിരുന്നത്.

ദീപ ചെയ്ത വിദ്യയുടെ രഹസ്യം നിങ്ങൾക്കറിയണ്ടേ?

രഹസ്യം:

കണക്കിലെ വളരെ നിസാരമായൊരു സംഗതിയാണ് ഇതിന്റെ രഹസ്യം. നിങ്ങളുടെ രണ്ടു മുഷ്ടികളും ചുരുട്ടി മേശപ്പുറത്തു വയ്ക്കൂ. ഓരോ കയ്യിലും നന്നാലുവീതം മൊത്തം എട്ടു വിരലിടകളാണല്ലോ ഉണ്ടാവുക. ഇതിൽ ഏഴു വിരലിടകളിൽ നമ്മൾ ഓരോ ജോഡി കാർഡു വയ്ക്കുന്നു. അതായത് 14 കാർഡുകളാണ് നാം ജോഡികളായി വച്ചിട്ടുള്ളത്. എട്ടാമത്തെ വിരലിടയിൽ വയ്ക്കുന്ന ഒറ്റക്കാർഡും ചേർക്കുമ്പോൾ മൊത്തം 15 കാർഡുകൾ; അല്ലേ? ഇനി രണ്ടു വട്ടം വരച്ച് ജോഡികളെയെല്ലാം അതിലേക്ക് വേർതിരിച്ചു വയ്ക്കുമ്പോൾ ഓരോ വട്ടത്തിലും (A, B) ഏഴു കാർഡുകൾ വീതമായിരിക്കുമല്ലോ. അതായത് ഇപ്പോൾ രണ്ടട്ടിയിലും യഥാർഥത്തിൽ ഓഡ്നമ്പറാണുള്ളത്. ജോഡികളെ പകുത്തുവയ്ക്കുമ്പോൾ കാർഡുകളുടെ എണ്ണത്തെക്കുറിച്ച് കാണികൾ ചിന്തിക്കുകയില്ല. ഒടുവിലത്തെ ഒറ്റക്കാർഡ് ഏത് അട്ടിയിൽ വച്ചാലും സ്വാഭാവികമായും ആ അട്ടിയിലെ കാർഡുകൾ ജോഡികളായി മാറുമെന്ന കാര്യം ഇനി ഊഹിക്കാമല്ലോ. കാഴ്ചക്കാരുടെ പ്രതീക്ഷയ്ക്കു വിപരീതമായാണ് ഇവിടെ ഒറ്റക്കാർഡിന്റെ സ്ഥാനമാറ്റം സംഭവിക്കുന്നത്. കാഴ്ചക്കാരുടെ ഈ മിഥ്യാധാരണയാണ് പെർഫോമറുടെ വിജയരഹസ്യം. ഒരു കാര്യം പ്രത്യേകം ഓർമ്മിക്കണം. കാർഡുകൾ ഒരു കാരണവശാലും എണ്ണിക്കാണിക്കരുത്.

3

കലണ്ടറിൽ ഒരു അത്ഭുതം

രമ്യയുടെ പിറന്നാളിന് ക്ലാസ്സിലെ നാലഞ്ചു കുട്ടിക
ളെ വീട്ടിലേക്കു ക്ഷണിച്ചിട്ടുണ്ടായിരുന്നു. കൂട്ടത്തിൽ ദീപ
യുമുണ്ട്. രമ്യയുടെ അയൽക്കാരെല്ലാം ദീപയുടെ മാത്ത
മാജിക്കിനെക്കുറിച്ച് കേട്ട് അത്ഭുതംകൂറിയിരിക്കുകയായി
രുന്നു. തന്റെ പിറന്നാളിന് ദീപയെ ക്ഷണിക്കാമെന്നും
അത്ഭുതം കാണാനുള്ള അവസരമൊരുക്കാമെന്നും രമ്യ
അയൽക്കാർക്ക് ഉറപ്പു നൽകിയിരുന്നതാണ്.

പിറന്നാൾസദ്യ കഴിഞ്ഞപ്പോൾ രമ്യ എല്ലാവരെയും
പൂമുഖത്തേക്കു കൂട്ടിക്കൊണ്ടുപോയി. എല്ലാ കണ്ണുകളും
ദീപയുടെ മുഖത്തേക്ക്....

ദീപ തയ്യാറായിത്തന്നെയാണ് വന്നിരിക്കുന്നത്.
അവൾ മുറിയുടെ ചുവരിലേക്കു നോക്കി. മനോഹരങ്ങ
ളായ സീനറികളുടെയും സ്മാരകങ്ങളുടെയും മറ്റും ചിത്ര
ങ്ങളുള്ള വലിയ കലണ്ടറുകൾ ചുവരിൽ തൂക്കിയിട്ടുണ്ട്.
ദീപ അന്വേഷിച്ചത് അക്കങ്ങൾ മാത്രം അച്ചടിച്ചിട്ടുള്ള ഒരു
സാധാരണ കലണ്ടറായിരുന്നു. രമ്യയുടെ അമ്മ അടുക്ക
ളയിലേക്കോടി. അക്കങ്ങൾ മാത്രമുള്ള കലണ്ടറുമായി
അവർ തിരിച്ചെത്തി.

എല്ലാവരും ദീപയുടെ ചുറ്റും വട്ടമിട്ടിരുന്നു. കണക്കിൽ നല്ല പിടിപാടുണ്ടായിരുന്ന രമ്യയുടെ അച്ഛൻ കൃഷ്ണനെ ദീപ മുന്നിലേക്കു ക്ഷണിച്ചു. കലണ്ടർ അദ്ദേഹത്തിന്റെ കയ്യിൽ കൊടുത്ത ശേഷം ഇഷ്ടപ്പെട്ട ഒരു മാസം തെരഞ്ഞെടുക്കാൻ ദീപ ആവശ്യപ്പെട്ടു. കൃഷ്ണൻ താളുകൾ മറിച്ച് ഏറ്റവും ഒടുവിലത്തെ മാസം - ഡിസംബർ - തന്നെ തെരഞ്ഞെടുത്തു.

"ഡിസംബർ മാസത്തിന്റെ ഏതെങ്കിലുമൊരു ഭാഗത്ത് അങ്കിൾ ഒരു വലിയ ചതുരം വരയ്ക്കൂ. ചതുരത്തിനുള്ളിൽ ഒമ്പത് തീയതികൾ വന്നിരിക്കണം."

ഇത്രയും പറഞ്ഞശേഷം ദീപ തൂവാലകൊണ്ട് തന്റെ കണ്ണുകൾ മൂടിക്കെട്ടി തിരിഞ്ഞു നിന്നു.

ദീപയുടെ നിർദ്ദേശമനുസരിച്ച് കൃഷ്ണൻ പേന കൊണ്ട് ഒരു ദീർഘചതുരം വരച്ചു. ചതുരത്തിനുള്ളിൽ

ഒമ്പത് തീയതികൾ വന്നിട്ടുണ്ടോയെന്ന് എല്ലാവരും പരി
ശോധിച്ചു.

"അങ്കിൾ ആ ചതുരത്തിലെ ഏറ്റവും ചെറിയ സംഖ്യ
മാത്രം ഒന്നു വിളിച്ചു പറയണം."

കൃഷ്ണൻ ആ സംഖ്യ ഏതാണെന്ന് ഉറക്കെ
പറഞ്ഞു.

ഉടൻതന്നെ ദീപ കയ്യിലെ നോട്ട്പാഡിൽ എന്തോ
എഴുതിയശേഷം ആ താളു കീറി മടക്കി കൃഷ്ണനെ
ഏൽപ്പിച്ചു.

"ഇനി അങ്കിൾ കലണ്ടറിൽ വരച്ചിട്ട ചതുരത്തിനു
ള്ളിലെ ഒമ്പതു തീയതികൾ തമ്മിൽ കൂട്ടി ഉത്തരം
കാണണം."

കൃഷ്ണൻ അക്കങ്ങൾ തമ്മിൽ കൂട്ടാൻ തുടങ്ങി. മറ്റു
ള്ളവർ ആകാംക്ഷയോടെ അദ്ദേഹത്തെത്തന്നെ നോക്കി
യിരുന്നു.

ഉത്തരം കിട്ടിയതായി കൃഷ്ണൻ ദീപയോടു പറ
ഞ്ഞു.

"ശരി, എങ്കിൽ ഇനി അങ്കിൾ ഞാൻ തന്ന കടലാ
സിലെ സംഖ്യയൊന്നു വായിക്കൂ."

അദ്ദേഹം വായിച്ചുനോക്കി. അത്ഭുതംതന്നെ!

ഒമ്പത് അക്കങ്ങൾ തമ്മിൽ കൂട്ടിയ അതേ സംഖ്യ
ദീപ മുൻകൂട്ടി കണ്ടെത്തിയിരിക്കുന്നു!

"ഇതെങ്ങനെ സംഭവിച്ചു...?"

എല്ലാവരും പരസ്പരം പിറുപിറുക്കാൻ തുടങ്ങി. മധു
കൃഷ്ണൻ ഏതുഭാഗത്താണ് ചതുരം വരച്ചതെന്ന് ദീപ
യ്ക്കറിയില്ലല്ലോ. പിന്നെങ്ങനെ അവൾ ആ ഉത്തരം
കണ്ടെത്തി?

ഒരു കള്ളച്ചിരിയോടെ ദീപ അനങ്ങാതെ നിന്നു.

രഹസ്യം

ചതുരത്തിലെ ഏറ്റവും ചെറിയ സംഖ്യ ദീപ ചോദി
ച്ചറിഞ്ഞത് കൂട്ടുകാർ ഓർക്കുമല്ലോ. ഇനിയുള്ള കാര്യം
വളരെ നിസ്സാരമാണ്. അതായത് ഏറ്റവും ചെറിയസംഖ്യ
യോടൊപ്പം 8 എന്ന അക്കം കൂട്ടിയശേഷം 9 എന്ന സംഖ്യ
കൊണ്ട് ഗുണിക്കുകയേ വേണ്ടൂ.

4

ഒരു ജിയോമട്രി വിദ്യ

ഓണാവധി കഴിഞ്ഞ് സ്കൂൾ തുറക്കുന്ന ദിവസമാ
യിരുന്നു അന്ന്. എല്ലാവരും പുത്തനുടുപ്പുകളിട്ടാണ്
എത്തിയിരിക്കുന്നത്. സാലിടീച്ചർക്ക് ക്ലാസ്സെടുക്കാനുള്ള
മൂഡില്ലായിരുന്നു. ഓണാവധിയുടെ അനുഭവങ്ങളും മറ്റും
കുട്ടികളുമായി പങ്കുവച്ച ടീച്ചർ ദീപയുടെ മുഖത്തേക്ക് നോക്കി.

"അവധിക്ക് ദീപ എന്തെങ്കിലും പുതിയത് പരിശീലി
ച്ചിട്ടുണ്ടാവുമല്ലോ. ഇനി ക്ലാസ്സെടുക്കാനുള്ള സമയമില്ല.

എന്തെങ്കിലും പുതിയത് ഉണ്ടെങ്കിൽ അവതരിപ്പിക്കൂ ദീപാ. നമ്മുടെ ക്ലാസ്സൊന്ന് ഫ്രഷാവട്ടെ."

യാതൊരു മടിയുമില്ലാതെ ദീപ ചാടിയെഴുന്നേറ്റ് മുന്നിലേക്കു നടന്നു. കയ്യിൽ ജ്യോമട്രിക് ബോക്സും കരുതിയിട്ടുണ്ട്. കുട്ടികളെല്ലാം ശ്വാസമടക്കി ഇരിക്കുകയാണ്. ദീപ മുൻബഞ്ചിലിരുന്ന നാല് ആൺകുട്ടികളെയും നാലു പെൺകുട്ടികളെയും വിളിച്ച് കുട്ടികൾക്കഭിമുഖമായി നിർത്തി. 1,2,3,4 എന്ന ക്രമത്തിൽ ആൺകുട്ടികൾ നാലു പേരും സാലിടീച്ചറുടെ വലതുഭാഗത്തും 5,6,7,8 എന്ന ക്രമത്തിൽ പെൺകുട്ടികൾ ഇടതുഭാഗത്തും നിന്നു.

ദീപ ജ്യോമട്രിക് ബോക്സ് തുറന്ന് 4 വെള്ളക്കാർഡുകൾ പുറത്തെടുത്തു. ജ്യോമട്രിയിലെ വൃത്തം, ചതുരം, ത്രികോണം, ഷഡ്ഭുജം എന്നീ രൂപങ്ങൾ കളർപേന കൊണ്ട് വരച്ചിട്ടുള്ള നാലു കാർഡുകൾ. ദീപ ആ കാർഡുകൾ ഓരോന്നായി ആൺകുട്ടികൾക്ക് കൊടുത്തു. ഒന്നാമന് വൃത്തം, രണ്ടാമന് ചതുരം.... എന്ന ക്രമത്തിലായിരുന്നു വിതരണം ചെയ്തത്.

"നിങ്ങളോരോരുത്തരും അവരവരുടെ കാർഡുകളുടെ നേർപകുതി മുറിച്ച് യഥാക്രമം നാലു പെൺകുട്ടികൾക്ക് കൊടുക്കണം. അതായത് ഒന്നാമന്റെ വൃത്തത്തിന്റെ പകുതി അഞ്ചാമത് നിൽക്കുന്ന പെൺകുട്ടിക്ക്.

ദീപ ജ്യോമട്രിക് ബോക്സ് തുറന്ന് ഒരു കൊച്ചു കത്രിക പുറത്തെടുത്ത് ഒന്നാമന് കൊടുത്തു. അവൻ വൃത്തത്തെ രണ്ടായി പകുത്ത് പാതിവൃത്തമുള്ള കാർഡു കഷണം പെൺകുട്ടിക്ക് കൊടുത്തു. അങ്ങനെ രണ്ടാമൻ ചതുരത്തിന്റെ പകുതി ആറാമത്തെ പെൺകുട്ടിക്കും മൂന്നാമൻ ത്രികോണത്തിന്റെ പകുതി ഏഴാമത്തെ പെൺകുട്ടിക്കും നാലാമൻ ഷഡ്ഭുജത്തിന്റെ ബാക്കി എട്ടാമത്തെ പെൺകുട്ടിക്കും കൊടുത്തു.

ദീപ ആൺകുട്ടികളുടെ പക്കലുള്ള നാലു കാർഡു കൾ വാങ്ങി സാലിടീച്ചറുടെ മേശപ്പുറത്തു കമിഴ്ത്തി വച്ചു. തുടർന്ന് പെൺകുട്ടികളുടെ കാർഡുകൾ വാങ്ങി അതിനു മുകളിൽ വച്ചു.

കാർഡുകളുടെ അട്ടി ടീച്ചറുടെ ഇഷ്ടപ്രകാരം എത്ര തവണ വേണമെങ്കിലും പകുത്തുവയ്ക്കാനും വീണ്ടും ചേർത്തുവയ്ക്കാനും ദീപ അനുവാദം നൽകി. അതായത് കാർഡുകളുടെ ക്രമം തെറ്റിക്കഴിഞ്ഞു എന്നുറപ്പുവരുത്തു ന്നതുവരെ കശക്കുകയാണ് ഇവിടെ ചെയ്യുന്നത്. ടീച്ചർ പലതവണ ആ ക്രിയ ആവർത്തിച്ചു.

എന്തായാലും ഇപ്പോൾ എട്ടു കാർഡുകളും ക്രമം തെറ്റിയെന്നുള്ളത് ഉറപ്പ്. ഇനിയാണ് സൂത്രപ്പണി നടക്കാൻ പോകുന്നത്. ശ്രദ്ധിച്ചോളൂ....

ദീപ കാർഡുകളെല്ലാം കൈയിലെടുത്ത് മുകളിലുള്ള നാലെണ്ണം ആൺകുട്ടികളുടെ ഭാഗത്തുള്ള മേശപ്പുറത്തു വച്ചു. തുടർന്ന് അടുത്ത നാലെണ്ണം പെൺകുട്ടികളുടെ ഭാഗത്തും.

നാലെണ്ണം വീതമുള്ള ഈ രണ്ടട്ടികളിൽനിന്ന് ഓ രോന്നു വീതം ഒരേ സമയം എടുത്ത് ഓരോ ജോഡിയായി ദീപ മേശപ്പുറത്ത് ക്രമീകരിച്ചു വച്ചു. ഇപ്പോൾ നാലു ജോഡി കാർഡുകൾ മേശപ്പുറത്ത് കമിഴ്ത്തിവച്ച നില യിലുണ്ട്.

ദീപ നിർദ്ദേശിച്ചപ്രകാരം സാലിടീച്ചർ ഒരു ജോഡി കാർഡെടുത്ത് തിരിച്ചുവച്ചു. അത്ഭുതം! വട്ടത്തിന്റെ രണ്ടു പകുതികൾ ഒരുമിച്ചെത്തിയിരിക്കുന്നു. അടുത്ത മൂന്നു ജോഡികളും ടീച്ചർ തിരിച്ചുവച്ചു. അതെ, രണ്ടായി പകുത്ത ചതുരവും ത്രികോണവും ഷഡ്ഭുജവും ഒന്നി ച്ചെത്തിയിരിക്കുന്നു. പലതവണ കശക്കിയിട്ടും എങ്ങനെ

യാണ് അതാത് രൂപങ്ങളുടെ പാതി കൂടിച്ചേർന്നു വന്നു?
ഇതല്ലേ നിങ്ങൾക്കറിയേണ്ടത്.

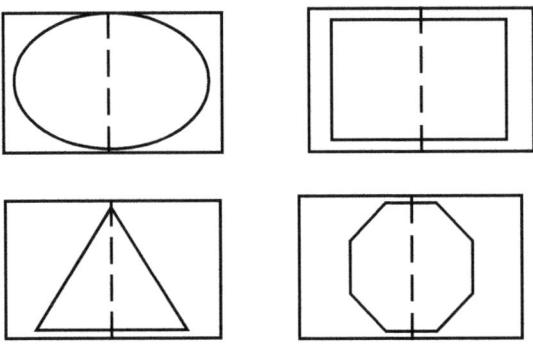

രഹസ്യം

യഥാർത്ഥത്തിൽ കാർഡുകൾ കശക്കിക്കഴിയുന്നതു
വരെ യാതൊരു സൂത്രപ്പണിയും സംഭവിക്കുന്നില്ല.
കശക്കിയതിനുശേഷം നന്നാലു കാർഡുകൾവീതം മേശ
പ്പുറത്തേക്കു തിരിച്ചുവയ്ക്കുമ്പോഴാണ് കാണികളറി
യാതെ, എന്നാൽ കാണികൾ നോക്കിക്കൊണ്ടിരിക്കെ
കാർഡുകൾക്ക് പൂർവ്വസ്ഥാനം കൈവരുന്നത്. ഒരു
കൗണ്ടിങ്ങ് അതായത് എണ്ണൽ മാത്രമേ ഇവിടെ സൂത്ര
വിദ്യയായി കണക്കാക്കാനുള്ളൂ. കശക്കലിനുശേഷം
ആദ്യത്തെ നാലു കാർഡുകൾ മേശപ്പുറത്ത് വയ്ക്കുന്നത്
മുകളിൽനിന്ന് ഓരോന്നായി എടുത്താണ് എന്ന കാര്യം
ശ്രദ്ധിക്കണം. രണ്ടാമതായി അടുത്ത നാലു കാർഡുകൾ
മേശപ്പുറത്ത് വയ്ക്കുന്നത് ഓരോന്നായിട്ടല്ല, മറിച്ച് ഒറ്റ
അട്ടിയായിട്ടുതന്നെയാണ്. ഇത്രയേ ചെയ്യാനുള്ളൂ. ബാക്കി
യെല്ലാം ഗണിതശാസ്ത്രത്തിലെ സ്വാഭാവിക പരിണാമ
ങ്ങളാണ്.

5
റെയിൽവെ ടിക്കറ്റ്

സ്കൂളിൽനിന്ന് വിനോദയാത്ര പുറപ്പെടുന്ന ദിവസ മായിരുന്നു അത്. യാത്രയ്ക്കുള്ളവർ ഉല്ലാസഭരിതരായി രാവിലെതന്നെ സ്കൂളിലെത്തി. നാട്ടുമ്പുറത്തെ സ്കൂളിൽനിന്ന് വിമാനത്താവളവും കടലുമൊക്കെ കാണാ നായി അവർ തീവണ്ടി കയറി. യാത്രചെയ്ത് മുഷിഞ്ഞ പ്പോൾ പാട്ടും കഥകളും അന്താക്ഷരിയുമൊക്കെയായി കുട്ടികൾ സമയം കളഞ്ഞു. ദീപയും ഒരു വിദ്യ മനസ്സിൽ കരുതിവച്ചിരുന്നു. ആരെങ്കിലും അതാവശ്യപ്പെടുമെന്നു ള്ളത് അവൾക്കുറപ്പാണ്. സാലിടീച്ചറും മറ്റും ഗൗരവമേ റിയ എന്തോ ചർച്ചയിലാണ്. ദീപയ്ക്കാശ്വാസമായി. അധ്യാപകരുടെ സാന്നിധ്യമുണ്ടെങ്കിൽ അവൾക്ക് ഒരു ചെറിയ വിറയലുണ്ടാവാറുണ്ട്. അഥവാ തെറ്റിപ്പോയാലോ? ഒരു ചെറിയ മറവി സംഭവിച്ചാൽ കാണികൾ കൂകിവിളി ക്കുമെന്നുറപ്പാണ്. അതുകൊണ്ട് നന്നായി പ്രാക്ടീസ് ചെയ്യാത്ത വിദ്യകൾ കാണിക്കുമ്പോൾ അധ്യാപകരില്ലാ ത്തതാണ് ദീപയ്ക്ക് ആശ്വാസം.

ആടിപ്പാടലും മറ്റും മടുത്തുകഴിഞ്ഞപ്പോൾ ദീപയുടെ ഊഴമായി. പതിവിൽക്കവിഞ്ഞ ഉൽസാഹത്തോടെയാണ്

ദീപ കുട്ടികളുടെ മുന്നിൽ നിന്നത്.

"നിങ്ങളുടെയെല്ലാം റെയിൽവെ ടിക്കറ്റുകൾ തൽക്കാലം എനിക്കൊന്നു കടം തരൂ."

കുട്ടികൾ അവരവരുടെ ബാഗുകളിൽ പരതി ടിക്കറ്റു കളെടുത്ത് ദീപയ്ക്കുനേരെ നീട്ടി. കാക്കിക്കളറിലുള്ള കട്ടി ക്കടലാസു തുണ്ടുകളിൽ സീലു പതിച്ച ടിക്കറ്റുകൾ. ദീപയ്ക്ക് 13 ടിക്കറ്റുകളേ ആവശ്യമുണ്ടായിരുന്നുള്ളൂ.

കൂട്ടുകാർ കാൺകെ ദീപ ടിക്കറ്റുകളുടെ പിൻഭാഗത്ത് 1,2,3 എന്നിങ്ങനെ 13 വരെ ക്രമത്തിൽ നമ്പറുകളെഴുതി.

ടിക്കറ്റുകൾ പലതവണ കശക്കി ഇടകലർത്തിയ ശേഷം അവ ശരണ്യയെ ഏൽപ്പിച്ചു.

ആദ്യമായി ഒന്നിനും പത്തിനുമിടയിലുള്ള ഏതെങ്കി ലുമൊരു നമ്പർ ശരണ്യയോട് മനസ്സിൽ വിചാരിക്കാൻ ദീപ ആവശ്യപ്പെട്ടു. തുടർന്ന് ശരണ്യ വിചാരിച്ച നമ്പർ മറ്റാരും കാണാതെ കടലാസിൽ കുറിച്ച് അനൂപിന്റെ പോക്കറ്റിൽ നിക്ഷേപിക്കാൻ ദീപ നിർദ്ദേശിച്ചു. ശരണ്യ അപ്രകാരം ചെയ്തശേഷം അടുത്ത നിർദ്ദേശത്തിനായി കാതോർത്തു.

"ഇനി ശരണ്യ ഏതു നമ്പറാണോ വിചാരിച്ചത് അത്രയും ടിക്കറ്റുകൾ എടുത്ത് അട്ടിയുടെ മുകളിലേക്ക് ഓരോന്നായി വയ്ക്കണം. ഉദാഹരണത്തിന് 3 എന്ന സംഖ്യയാണ് ശരണ്യ വിചാരിച്ചതെങ്കിൽ മൂന്ന് ടിക്കറ്റുക ളെടുത്ത് മുകളിൽ വയ്ക്കണം."

ശരണ്യ എണ്ണിവയ്ക്കുന്നത് കാണാതിരിക്കാൻ ദീപ പുറംതിരിഞ്ഞു നിന്നു.

ശരണ്യയുടെ കയ്യിൽനിന്നും ടിക്കറ്റുകൾ ദീപ തിരി ച്ചുവാങ്ങി. തുടർന്ന് നമ്പറുകളെഴുതിയ ഭാഗം കൂട്ടുകാർക്ക് അഭിമുഖമായി വിരുത്തിപ്പിടിച്ചു (Sperad). അതിൽനിന്നും ഒരു ടിക്കറ്റ് തെരഞ്ഞെടുത്ത് ദീപ ഉയർത്തിപ്പിടിച്ചു.

"ഇനി നിങ്ങൾ അനൂപിന്റെ പോക്കറ്റിലെ കടലാസിൽ എഴുതിയ നമ്പർ നോക്കൂ" ദീപ പറഞ്ഞു.

എല്ലാവരുംകൂടി അനൂപിന്റെ പോക്കറ്റിൽ കൈ യിട്ടു.

കടലാസ് നിവർത്തിനോക്കിയപ്പോൾ അവർ ഞെട്ടി പ്പോയി!

ദീപ പൊക്കിപ്പിടിച്ച ടിക്കറ്റിലെ നമ്പർ തന്നെ.

ശരണ്യ മനസ്സിൽ വിചാരിച്ച നമ്പർ ഏതാണെന്നറി യാതെയാണ് ദീപ അത് കണ്ടെത്തിയത്.

രഹസ്യം

നിങ്ങൾ ചെയ്യേണ്ടത് 1 മുതൽ 13 വരെയുള്ള ടിക്കറ്റു കൾ (കടലാസുതുണ്ടുകളായാലും മതി) അവയിലെ നമ്പർ പെർഫോമർ കാണാത്തവിധത്തിൽ കമിഴ്ത്തിപ്പിടി ക്കുമ്പോൾ മുകളിലത്തെ ശീട്ട് 13 ഉം താഴെയുള്ളത് 1 ഉം ആയിരിക്കുമല്ലോ. ഈ ശീട്ടുകൾ കശക്കുകയാണ് അടുത്ത നടപടി. കശക്കിയ ശീട്ടുകൾ ശരണ്യയുടെ കയ്യിൽ കൊടു ത്തേൽപ്പിക്കുമ്പോൾ ദീപ ഒരു കാര്യം രഹസ്യമായി ചെയ്തിരുന്നു. അതായത് ഏറ്റവും അടിയിലുള്ള നമ്പർ നോക്കിവച്ചിരുന്നു. ഈ നമ്പറാണ് കോഡ്നമ്പർ. ഉദാഹ രണത്തിന് അടിയിലുള്ള നമ്പർ 3 ആണെന്നു കരുതുക. ശരണ്യ വിചാരിച്ചത് ഏതുമായിക്കൊള്ളട്ടെ. ശരണ്യ വിചാ രിച്ച നമ്പർ ഏതാണോ അത്രയും ടിക്കറ്റുകൾ അടി യിൽനിന്ന് മുകളിലേക്കു വയ്ക്കുന്നുണ്ടല്ലോ. അതു തിരി ച്ചുവാങ്ങി കാണികൾക്കഭിമുഖമായി വിരിച്ചുപിടിക്കു മ്പോൾ ദീപ ചെയ്യുന്നത് ഒന്നുമാത്രം. മൂന്നാമത്തെ ടിക്ക റ്റെടുത്ത് ഉയർത്തിപ്പിടിക്കുന്നു.

കശക്കുമ്പോൾ ടിക്കറ്റുകളുടെ ക്രമം മാറില്ലേ എന്ന താണ് അടുത്ത ചോദ്യം. അവിടെ ഒരു കാര്യം ശ്രദ്ധിക്കാ നുണ്ട്. അതായത് കശക്കുമ്പോൾ ഓരോ സെറ്റായി എടു ത്തുവേണം അടിയിൽനിന്നു മുകളിലേക്കു വയ്ക്കാൻ. എവിടെവച്ചു വേണമെങ്കിലും പകുത്തെടുക്കാം. ഇവിടെ ക്രമം മാറുന്നുണ്ടെന്നുള്ളത് സത്യമാണ്. പക്ഷേ, പുതി യൊരു ക്രമത്തിലേക്ക് മാറുന്നു എന്നത് കാണികൾക്ക് പിടികിട്ടില്ല. ഏറ്റവും അടിയിലെ നമ്പർ നോക്കിവച്ച സ്ഥിതിക്ക് ഏതു ക്രമത്തിലായാലും കണ്ടെത്താൻ പ്രയാ സമില്ല.

6

ഫോൺനമ്പർ കണ്ടുപിടിക്കാം

സ്കൂളിൽനിന്ന് വിനോദയാത്രയ്ക്കുപോയ ദീപയും കൂട്ടുകാരും ടൗണിലെ ഒരു ഹോട്ടൽമുറിയിൽ ഒത്തുകൂടി കളിതമാശകൾ പങ്കുവയ്ക്കുകയായിരുന്നു. പെട്ടെന്നാണ് മനുവിന്റെ അഭിപ്രായപ്രകടനം നടന്നത്.

"ടൂറിന് പോകുമ്പോൾ ദീപ പുതിയ ട്രിക് കാണി ക്കാമെന്നു പറഞ്ഞിരുന്നതാണ്."

ദീപ തലകുനിച്ചിരുന്നു. വിനോദയാത്രയുടെ ലഹ രിയിൽ അവൾക്കൊന്നും ഓർമ്മവന്നില്ല. പിന്നെയാവാ മെന്ന് പറഞ്ഞ് ഒഴിയാൻ ശ്രമിച്ചെങ്കിലും കൂട്ടുകാർ ദീപയെ വിട്ടില്ല.

ദീപ ചുറ്റുപാടും ഒന്നു കണ്ണോടിച്ചു. അപ്പോഴാണ് ടെലഫോൺ സ്റ്റാന്റിൽ ഒരു ടെലഫോൺഡയറിയുള്ളത് ശ്രദ്ധയിൽ പെട്ടത്. മനു ഓടിച്ചെന്ന് ഡയറിയെടുത്ത് ദീപയ്ക്കു കൊടുത്തു. ദീപ ഡയറി വാങ്ങി ഒന്നു മറിച്ചു നോക്കിയശേഷം അതിന്റെ ഒടുവിലത്തെ പേജിന് അടിയിൽ പെൻസിൽകൊണ്ട് എന്തോ കുറിച്ചു. ആ പേജ് മാത്രം തുറന്നുനോക്കരുതെന്ന് പറഞ്ഞ് ഡയറി മനുവി നുതന്നെ തിരിച്ചുകൊടുത്തു.

"മനുവിന് ഇഷ്ടപ്പെട്ട ഒരു മൂന്നക്കസംഖ്യ മനസ്സിൽ വിചാരിക്കൂ."

ദീപ പറഞ്ഞതുപോലെ മനു ഒരു മൂന്നക്കസംഖ്യ മനസ്സിൽ കണ്ടു.

"മനുവിന്റെ നോട്ടുബുക്കിൽ ആ സംഖ്യ എഴുതിക്കോളൂ. അടുത്തിരിക്കുന്നവർ കണ്ടുകൊള്ളട്ടെ."

മനു 285 എന്ന സംഖ്യയാണ് കുറിച്ചുവച്ചത്. ആ സംഖ്യ തിരിച്ചെഴുതാൻ പറഞ്ഞതനുസരിച്ച് മനു എഴുതി; 582.

ഇനി ഈ രണ്ടു സംഖ്യകൾ തമ്മിലുള്ള വ്യത്യാസം കാണണമെന്നായി ദീപ. മനുവും കൂട്ടുകാരും സ്വകാര്യമായി സംഖ്യകൾ തമ്മിൽ വ്യവകലനം ചെയ്ത് ഉത്തരമെഴുതി (582-285=297).

ക്രിയ ചെയ്തുകിട്ടിയ ഉത്തരം ഏതാണോ അത് വീണ്ടും തിരിച്ചിടാൻ ദീപ പറഞ്ഞു. മനു ഉടൻതന്നെ ആ

സംഖ്യ തിരിച്ചെഴുതി (792). അടുത്തതായി കൂട്ടുകാർ ചെയ്യേണ്ടത് ഈ പുതിയ രണ്ടു സംഖ്യകൾ തമ്മിൽ സങ്കലനം ചെയ്യുക എന്നതാണ് (297+792). അവർ വളരെ പെട്ടെന്ന് ഉത്തരം കണ്ടെത്തിക്കഴിഞ്ഞു. 1089 എന്നാണ് അവർക്ക് കിട്ടിയ ഉത്തരം. ദീപ ഈ സംഖ്യയെ രണ്ടായി ഭാഗിച്ചു. അതായത് ആദ്യത്തെ മൂന്ന് അക്കങ്ങൾ ഉൾപ്പെട്ട ഒരു സംഖ്യയും അടുത്തത് ഒരു അക്കം മാത്രമുള്ള സംഖ്യയും (108/9). മനുവിന്റെ കയ്യിൽ ഏൽപ്പിച്ച ടെലഫോൺ ഡയറക്ടറിയിലേക്ക് ദീപ എല്ലാവരുടെയും ശ്രദ്ധ ക്ഷണിച്ചു. മനുവിനോട് 108-ാമത്തെ പേജെടുത്ത് അതിലെ 9-ാമത്തെ വരിയിലുള്ള ഫോൺ നമ്പർ ഉറക്കെ വായിക്കാൻ ദീപ ആവശ്യപ്പെട്ടു. മനു ആ വരി വായിച്ചു. തുടർന്ന് ഒടുവിലത്തെ താളിൽ പെൻസിൽകൊണ്ടെഴുതിയതും വായിക്കാൻ ആവശ്യപ്പെട്ടു. എല്ലാവരും അന്ധാളിച്ചുപോയി. രണ്ടു നമ്പറും ഒന്നുതന്നെ.

മനുവിനും കൂട്ടുകാർക്കും കിട്ടുന്ന ഉത്തരം 1089 ആയിരിക്കുമെന്നും 108-ാം പേജിലെ 9-ാം നമ്പർതന്നെ വായിക്കുമെന്നുള്ളതും എങ്ങനെ മുൻകൂട്ടി കാണാൻ കഴിഞ്ഞു?

രഹസ്യം

ഗണിതശാസ്ത്രത്തിലെ സ്വാഭാവിക അത്ഭുതങ്ങളിലൊന്നാണ് ഇവിടെയും സംഭവിക്കുന്നത്. ഏതൊരു മൂന്നക്കസംഖ്യയും തിരിച്ചെഴുതി വ്യത്യാസം കണ്ടാൽ ഉത്തരത്തിന്റെ നടുവിൽ അക്കം 9 ആയിരിക്കും. മൂന്നക്കങ്ങളും വ്യത്യസ്തമായിരിക്കണമെന്നു മാത്രം. വ്യത്യാസം കാണുമ്പോൾ ഒരുപക്ഷേ രണ്ടക്കസംഖ്യയും വന്നേക്കാം. അങ്ങനെ വന്നാൽ ഉത്തരം 99 ആവാനേ സാധ്യതയുള്ളൂ. ഇവിടെ ഇടതുഭാഗത്ത് ഒരു പൂജ്യം ചേർത്ത് മൂന്നക്ക

സംഖ്യയായി മാറ്റാവുന്നതാണ്. പ്രസ്തുത ഉത്തരം
വീണ്ടും തിരിച്ചിട്ട് സങ്കലനം ചെയ്താൽ ഉത്തരം 1089
എന്നു മാത്രമേ വരൂ. അപ്പോൾ പിന്നെ ധൈര്യമായി
നമുക്ക് പ്രവചിക്കാമല്ലോ. ടെലഫോൺഡയറിയോ നിഘ
ണ്ടുവോ പുരാണഗ്രന്ഥമോ എന്തുതന്നെയാകട്ടെ 108-ാം
പേജിലെ 9-ാം വരി മുൻകൂട്ടി എഴുതിവയ്ക്കാം. പുസ്തകം
തെരഞ്ഞെടുക്കുമ്പോൾ 200 ൽ കൂടുതൽ പേജുള്ളതാവ
ണമെന്ന് പ്രത്യേകം പറയേണ്ടതില്ലല്ലോ.

7

എണ്ണാതെ എണ്ണം കണ്ടുപിടിക്കാം

സ്വാതന്ത്ര്യദിനമായിരുന്നതിനാൽ കുട്ടികൾ കുറച്ചു
പേർമാത്രമേ സ്കൂളിലെത്തിയിരുന്നുള്ളൂ.   ഇതിനിടെ
ദീപയെ തോൽപ്പിക്കാൻവേണ്ടി ചില കുട്ടികൾ അൽപ്പ
സ്വൽപ്പം ഗണിതവിദ്യകൾ വശത്താക്കാൻ തുടങ്ങിയി
രുന്നു. പഠനത്തിൽ മിടുക്കനായിരുന്ന അമീർഖാൻ അന്ന്
ഒരു പെട്ടി ചീട്ടു (Playing Cards)മായിട്ടാണ് സ്കൂളിലെ
ത്തിയത്. സ്കൂളിൽ ചീട്ടുപെട്ടി കൊണ്ടുവരാൻ പാടി
ല്ലെന്നും ചീട്ടുകളി നിയമവിരുദ്ധമാണെന്നും അമീർഖാൻ
മനസ്സിലാക്കിയിരുന്നു. അതുകൊണ്ട് വളരെ രഹസ്യമാ
യാണ് ഖാൻ തന്റെ ബാഗിനുള്ളിൽ ചീട്ടുപെട്ടി ഒളിപ്പിച്ചു
വച്ചത്. പക്ഷേ, താൻ കഷ്ടപ്പെട്ടു സ്വായത്തമാക്കിയ വിദ്യ
ആരെയെങ്കിലും കാണിച്ചെങ്കിലേ ഖാന് ഉറക്കം വരൂ.
അതുകൊണ്ടാണ് സ്വാതന്ത്ര്യദിനത്തിൽത്തന്നെ അവൻ
അതുമായി വന്നത്. പതാക ഉയർത്തൽ കഴിഞ്ഞാൽ
അധ്യാപകർ പോകും. കുറച്ചുനേരം മരച്ചുവട്ടിലും മറ്റും
ചുറ്റിപ്പറ്റി നിൽക്കാം. വിശ്വസ്തരായ കുറച്ചു കൂട്ടുകാരെ
വിളിച്ച് രഹസ്യമായി വിദ്യ അവതരിപ്പിക്കുകയുമാവാം.
പതാക ഉയർത്തലും ദേശീയഗാനാലാപനവും

കഴിഞ്ഞപ്പോൾ മനസ്സിലു റപ്പിച്ചതുപോലെ ഖാൻ കൂട്ടുകാരെയും കൂട്ടി മരച്ചുവട്ടിലേക്കു പോ യി. അവർ വട്ടംകൂടി യിരുന്ന് ഖാന്റെ അ ത്ഭുതം കാണാൻ ക ണ്ണും കാതും കൂർപ്പിച്ചു. ഖാൻ ബാഗിൽനിന്ന് ഒരു പെട്ടി ചീട്ടെടുത്ത് നില ത്തു വച്ചു. എന്നിട്ട് ആതിര യോടു പറഞ്ഞു:

"ഇത് 56 ചീട്ടുകളുള്ള ഒരു ചീട്ടട്ടിയാണ്. ഇതിന്റെ മൂന്നിലൊരു ഭാഗം ആതി

രയ്ക്ക് എടുക്കാം."

ആതിര സന്തോഷത്തോടെ മൂന്നിലൊരുഭാഗം ചീട്ടു കൾ കൈക്കലാക്കി. ബാക്കിയുള്ള ചീട്ടുകളുടെ വലി യൊരു ഭാഗം അതായത് നാലിൽ മൂന്നു ഭാഗവും ഖാൻ എടുത്തു.

ഖാൻ അപ്പോൾ തന്റെ കയ്യിലുള്ള ചീട്ടുകൾ എത്ര യുണ്ടെന്ന് എണ്ണിനോക്കുകയായിരുന്നു. അതിനുശേഷം ഖാൻ ഒരു പ്രവചനം നടത്തി:

"ആതിരയുടെ കയ്യിൽ എത്ര ചീട്ടുകളുണ്ടോ അത്രയും ചീട്ടുകൾ എന്റെ കയ്യിൽനിന്നും എടുത്തുമാ റ്റാം. തുടർന്ന് നാലു ചീട്ടുകൾക്കൂടി എടുത്തുമാറ്റാം. അതി നുശേഷം എന്റെ കയ്യിലെ ചീട്ടുകൾ 18 ആയിരിക്കും."

കുട്ടികൾക്ക് അത്ഭുതമായി. ആതിരയുടെ കയ്യിൽ

എത്ര ചീട്ടുകളാണുള്ളതെന്ന് കൃത്യമായി ആർക്കുമറിയില്ല. ആതിരയ്ക്കോ ഖാനോ അറിയില്ല. പിന്നെങ്ങനെയാണ് ഖാൻ ഇങ്ങനെ പ്രവചിക്കുക?

"ആതിരയുടെ കയ്യിൽ എത്ര ചീട്ടുണ്ടെന്ന് എണ്ണിക്കോളൂ. ഉറക്കെ എണ്ണിക്കോളൂട്ടോ."

ഖാൻ പറഞ്ഞുതീരുംമുമ്പേ ആതിര എണ്ണാൻ തുടങ്ങി. എണ്ണൽ കഴിഞ്ഞപ്പോൾ ഖാനും ആതിര എണ്ണിയ അത്രയും ചീട്ടുകൾ എണ്ണി മാറ്റി. പിന്നെ നേരത്തെ പറഞ്ഞതുപോലെ നാലെണ്ണംകൂടി എണ്ണിമാറ്റി. ഇനി ബാക്കിയുള്ള ചീട്ടുകളിലേക്കായി എല്ലാവരുടെയും ശ്രദ്ധ. ഖാൻ പ്രവചിച്ചതുപോലെ 18 കാർഡുകൾ കാണണമല്ലോ.

അമീർഖാൻ ഒരു പുഞ്ചിരിയുമായി ബാക്കി ചീട്ടുകൾ എണ്ണിത്തുടങ്ങി. ഭേഷ്! പതിനെട്ട്!

രഹസ്യം

ഒരു പെട്ടിയിൽ 56 ചീട്ടുകളാണുള്ളതെന്ന് നിങ്ങൾക്കറിയാമല്ലോ. ഖാൻ കയ്യിലെടുത്തിരുന്ന ചീട്ടുകൾ സ്വയം എണ്ണിയിരുന്നതും ഓർമ്മിക്കുമല്ലോ. ആതിര എടുത്ത ചീട്ടുകളുടെ ഏതാണ്ട് ഇരട്ടിയോളമാണ് ഖാൻ എടുത്തിരുന്നത്. ഖാൻ എടുത്ത ചീട്ടുകളിൽനിന്നും 4 എണ്ണം മനസ്സുകൊണ്ട് കുറച്ചു. ഉദാഹരണത്തിന് 22 ചീട്ടുകളാണുള്ളതെങ്കിൽ 4 എണ്ണം കുറച്ചാൽ 18 ആയിരിക്കും.

തുടർന്നാണ് പ്രവചനം നടത്തുന്നത്. ആതിരയുടെ ചീട്ടുകൾക്കൊപ്പം ഖാനും തുല്യമായി ചീട്ടുകൾ എണ്ണി മാറ്റുന്നുണ്ടല്ലോ. തുടർന്ന് നാലെണ്ണംകൂടി മാറ്റിവച്ചശേഷം ഖാൻ ബാക്കി ചീട്ടുകൾ എണ്ണുന്നത് ആതിര എണ്ണിയതിന്റെ ബാക്കിയെന്ന കണക്കിലാണ്. അതായത് 10 ചീട്ടു

കളാണ് ആതിര എണ്ണിയതെങ്കിൽ 11,12,13,.......എന്ന ക്രമത്തിൽ ബാക്കി ചീട്ടുകൾ എണ്ണുന്നു. അങ്ങനെ എണ്ണുമ്പോൾ ഒടുവിലത്തെ കാർഡ് 18-ാമത്തെ നമ്പറായിരിക്കും.

അപ്പോഴാണ് നിങ്ങളുടെ സംശയം; ആതിര എത്ര ചീട്ടെടുത്തിട്ടുണ്ടെന്ന കാര്യം ഖാൻ അറിയുന്നില്ലല്ലോ എന്ന്. ആതിരയുടെ കയ്യിൽ എത്ര ചീട്ടുണ്ട് എന്നത് ഇവിടെ പ്രസക്തമല്ല. എത്ര ചീട്ടാണെങ്കിലും ഈ വിദ്യ പ്രയോഗിക്കാം. മൊത്തം 56 ചീട്ടുകളാണുള്ളതെങ്കിൽ ഖാൻ തന്റെ കയ്യിലെ കാർഡുകൾ എണ്ണി 56 ൽനിന്ന് കുറച്ച് ആതിരയുടെ കയ്യിൽ എത്ര എണ്ണമുണ്ടെന്ന് മനസ്സിലാക്കുന്നുണ്ട്.

8
ലാസ്റ്റ് റ്റു കാർഡ് മാച്ച്

സേതുമാസ്റ്ററും ഏതാനും വിദ്യാർഥികളും കൂടി പാരി
സ്ഥിതിക പഠനയാത്രയ്ക്കായി വയനാട്ടിലേക്കു യാത്ര
തിരിച്ചു. വയനാടൻ ചുരത്തിലൂടെയുള്ള യാത്ര കുട്ടി
കൾക്ക് വലിയ അനുഭവമായിരുന്നു. ചുരത്തിലൂടെ റോഡ്
വെട്ടിയ ടിപ്പുസുൽത്താനെക്കുറിച്ചും ബ്രിട്ടീഷുകാരെക്കു
റിച്ചുമൊക്കെ സേതുമാസ്റ്റർ കുട്ടികളെ ഓർമ്മപ്പെടുത്തി.

ഹായ്! കാടിന്റെ പച്ചപ്പും കുളിരും എത്ര മനോഹരം!
കുട്ടികൾ ആഹ്ലാദംകൊണ്ട് തുള്ളിച്ചാടി. കാറ്റിൽ ആടി
യുലഞ്ഞുനിൽക്കുന്ന മുളങ്കാടുകൾ, പടർന്നുപന്തലിച്ചു
നിൽക്കുന്ന കൂറ്റൻ വൃക്ഷങ്ങൾ, വള്ളിപ്പടർപ്പുകൾ......
നീർച്ചോലയിൽനിന്ന് വെള്ളംകുടിച്ച് മടങ്ങിപ്പോകുന്ന
മാൻകൂട്ടങ്ങളും കുറ്റിക്കാട്ടിൽനിന്ന് തലനീട്ടിനോക്കുന്ന
മയിലുകളും കുട്ടികൾക്ക് വിസ്മയക്കാഴ്ചകളായി. നട
ന്നുനടന്ന് മണിക്കൂറുകൾ പിന്നിട്ടത് അവർ അറിഞ്ഞതേ
യില്ല.

ദാഹവും വിശപ്പും അകറ്റി അൽപ്പം വിശ്രമിക്കാനായി
അവർ അരുവിക്കരയിലുള്ള പരന്ന പാറമേൽ വട്ടമിട്ടിരുന്നു.
ഓരോരുത്തരും വീട്ടിൽനിന്നു കൊണ്ടുവന്ന പൊതിച്ചോ

റുണ്ട് കാട്ടരുവിയിലെ വെള്ളവും കുടിച്ച് ഉന്മേഷം വീണ്ടെടുത്തു. വിശ്രമത്തിനിടെ അവർ പാട്ടുപാടുകയും കടങ്കഥ പറയുകയും ചെയ്തു. പഠനയാത്രയ്ക്കിടയിൽ നല്ലൊരു മാത്ത്സ് ട്രിക് കരുതണമെന്ന് ദീപയോട് സേതുമാസ്റ്റർ തലേന്നുതന്നെ പറഞ്ഞിരുന്നു. എന്നാൽ തന്റെ ഊഴം വന്നപ്പോൾ ദീപയ്ക്കൊരു മോഹം; ഈ കാടുമായി ഇണങ്ങുന്ന ഒരു വിദ്യ ചെയ്താലോയെന്ന്. പെട്ടെന്നവൾക്ക് ഒരു ഉപായം തോന്നി.

പ്ലേയിങ് കാർഡുകളുടെ വലിപ്പത്തിൽ വെള്ളക്കടലാസു വെട്ടിയെടുത്ത് അതിൽ ഏതാനും കാട്ടുമൃഗങ്ങളുടെ ചിത്രങ്ങൾ വരച്ചശേഷം ദീപ കൂട്ടുകാരുടെ മുമ്പിലേക്കു കടന്നുവന്നു.

പത്തു വെള്ളക്കാർഡുകളിലായി അഞ്ചുതരം ചിത്രങ്ങളാണ് ദീപ വരച്ചത്. അതായത് 2 മാനുകൾ, 2 ആനകൾ, 2 മയിലുകൾ, 2 മുയലുകൾ, 2 കാക്കകൾ എന്നിങ്ങനെയായിരുന്നു ആ ചിത്രങ്ങൾ. ചിത്രങ്ങളുടെ ക്രമം തെറ്റുന്നതിനായി ദീപ അവ നന്നായി കശക്കി. തുടർന്ന് 5 എണ്ണം വീതമുള്ള 2 അട്ടികളായി പകുത്ത് കാർഡുകൾ പാറപ്പുറത്ത് കമിഴ്ത്തിവച്ചു. എന്നിട്ട് ചോക്കുകൊണ്ട് പാറപ്പുറത്തെഴുതി-"Last two cards match"

സേതുമാസ്റ്ററെത്തന്നെയാണ് ദീപ സഹായിയായി തെരഞ്ഞെടുത്തത്. മാസ്റ്ററുടെ മുമ്പിൽ ദീപ ചില നിർദ്ദേശങ്ങൾ വച്ചു. "Last two cards match എന്ന വാചകത്തിലെ ഓരോ അക്ഷരവും മാഷ് ഉറക്കെ ഉച്ചരിക്കണം. ഓരോ അക്ഷരം പറയുമ്പോൾ മുകളിൽനിന്ന് ഓരോ കാർഡെടുത്ത് അട്ടിയുടെ അടിയിൽ വയ്ക്കണം. കാർഡുകൾ ഏത് അട്ടിയിൽനിന്നു വേണമെങ്കിലും എടുത്ത് അടിയിലേക്കു വയ്ക്കാം.

സേതുമാഷ് ആദ്യത്തെ വാക്കിലെ അക്ഷരങ്ങൾ L,
a, s, t എന്നിങ്ങനെ ഉറക്കെ പറഞ്ഞുകൊണ്ട് രണ്ട് അട്ടി
കളിൽനിന്നും മാറി മാറി കാർഡുകളെടുത്ത് അതാത് അട്ടി
യുടെ അടിയിലേക്കു വച്ചു. അങ്ങ
നെ ആദ്യത്തെ വാക്കിലെ അക്ഷ
രങ്ങൾപ്രകാരം 4 കാർഡുകൾ
അട്ടികൾക്കടിയിലായി. ഉട
നെ ദീപ രണ്ടട്ടികളുടെയും
ഏറ്റവും മുകളിലിരുന്ന
കാർഡുകളെടുത്ത് ഒരു
ജോഡിയായി തൊട്ട
ടുത്ത് കമിഴ്ത്തിവച്ചു.
സേതു മാഷ്
ഓരോ വാക്കും
ഉച്ചരിച്ചു

തീരുന്നതിനനുസരിച്ച് ദീപ ഓരോ അട്ടിയുടെയും മുക
ളിൽനിന്ന് ഓരോ കാർഡെടുത്ത് ഇങ്ങനെ ജോഡിയായി
മാറ്റിവച്ചുകൊണ്ടിരുന്നു. സേതുമാഷ് ഒടുവിലത്തെ വാക്കും
ഉച്ചരിച്ചു തീർന്നു. അപ്പോൾ അട്ടികളിൽ അവശേഷിച്ചത്
ഓരോ കാർഡു മാത്രമാണ്. ദീപ ആ കാർഡുകളെടുത്ത്
തിരിച്ചുവച്ചു. സേതുമാഷും കുട്ടികളും അമ്പരന്നുപോയി.
രണ്ടു കാർഡുകളിലും ആനകളുടെ ചിത്രങ്ങൾ!

"അത്ഭുതമായിരിക്കുന്നു അല്ലേ? ദീപ പലതവണ
കാർഡുകൾ കശക്കി സ്ഥാനം തെറ്റിച്ചിട്ടും എല്ലാ ചിത്ര
ങ്ങളും ജോഡികളായി കാണപ്പെട്ടു. എല്ലാവരും ഒന്ന്
കയ്യടിക്കൂ..."

സേതുമാസ്റ്റർ ആദ്യം കയ്യടിച്ചു. കൂടെ കുട്ടികളും.

രഹസ്യം

10 കാർഡുകളാണല്ലോ ദീപ തയ്യാറാക്കിയത്. 2 മാനു
കൾ, 2 ആനകൾ, 2 മയിലുകൾ, 2 മുയലുകൾ, 2 കാക്ക
കൾ എന്നിങ്ങനെയാണ് ദീപ വരച്ച ചിത്രങ്ങൾ. വിദ്യ
ചെയ്യുന്നതിനുമുമ്പ് ദീപ അവയുടെ ക്രമം ഇപ്രകാരം
ക്രമീകരിച്ചിരുന്നു. അതായത് 1. മാൻ, 2. ആന, 3.മയിൽ,
4.മുയൽ, 5. കാക്ക എന്നിങ്ങനെ. ഈ 5 കാർഡുകൾ
ചേർത്ത് ഒരട്ടിയായി വച്ചശേഷം അടുത്ത 5 കാർഡുകളും
ഇതേ ക്രമത്തിൽ ആദ്യത്തെ അട്ടിയുടെ മുകളിൽ വച്ചു
(ഈ ക്രമീകരണത്തെക്കുറിച്ച് കാണികൾ അറിയുന്നില്ല).
കശക്കുമ്പോൾ സ്ഥാനം തെറ്റുമെന്നുള്ളതുകൊണ്ട് ഈ
ക്രമീകരണം കാണികളെ സംബന്ധിച്ച് പ്രസക്തമല്ല.
എന്നാൽ ഓരോ കാർഡുകളായോ അഥവാ 5 എണ്ണം
ചേർത്തുപിടിച്ചോ വേണം കശക്കാൻ. ഇത് പരിശീലിച്ചാൽ
നിസ്സാരമായി സാധിക്കുന്നതേയുള്ളൂ. അക്ഷരങ്ങൾ ഉച്ച

രിക്കുമ്പോൾ നടക്കുന്നതും വ്യക്തമായ കശക്കലാണ്. ഇവിടെ ക്രമം തെറ്റുന്നതായി വ്യക്തമായതുകൊണ്ട് മുമ്പത്തെ കശക്കൽ ഒഴിവാക്കുന്നതിലും കുഴപ്പമില്ല. കശ ക്കിക്കഴിഞ്ഞിട്ടും ജോഡികളായി കാർഡുകൾ എത്തുന്നത് ഗണിതശാസ്ത്രത്തിലെ ജാലവിദ്യയാണ്. ഇതിൽ പ്രത്യേ കിച്ച് യാതൊരു സൂത്രപ്പണികളുമില്ല. പരീക്ഷിച്ചുനോക്കി ആ രസം ആസ്വദിക്കുക.

9

ക്രമം തെറ്റാത്ത വിസിറ്റിങ് കാർഡുകൾ

കൈനിറയെ സമ്മാനങ്ങളുമായിട്ടാണ് ദീപയുടെ അങ്കിൾ ഇത്തവണ നാട്ടിലെത്തിയത്. താൻ സമ്മാനിച്ച 'മാത്തമാജിക്' പുസ്തകം ഉപയോഗിച്ച് ദീപ സ്കൂളിൽ അത്ഭുതങ്ങൾ കാണിച്ചതും കുട്ടികൾക്കിടയിലെ താരമായി മാറിയതുമൊക്കെ ഇ-മെയിൽ വഴി അങ്കിൾ അപ്പപ്പോൾ അറിഞ്ഞിരുന്നു.

പാവകൾ, വർണപ്പെൻസിലുകൾ, സ്റ്റാമ്പ് ആൽബം.... ദീപയ്ക്ക് അടക്കാനാവാത്ത സന്തോഷം തോന്നി. വിശേഷങ്ങളും വിശ്രമവുമെല്ലാം കഴിഞ്ഞപ്പോൾ ദീപ അങ്കിളിന്റെ മുമ്പിൽ താൻ പഠിച്ച വിദ്യകൾ ഒന്നൊന്നായി അവതരിപ്പിക്കാൻ തുടങ്ങി. അങ്കിളിന് വിശ്വസിക്കാൻ പ്രയാസം തോന്നി. കാരണം, ദീപ അത്ര ഗംഭീരമായി വിദ്യകളോരോന്നും അവതരിപ്പിച്ചിരിക്കുന്നു. സന്തോഷത്താൽ അങ്കിൾ ദീപയെ പൊക്കിയെടുത്തു. എന്നിട്ട് ദീപയ്ക്കുവേണ്ടി ആ പുസ്തകത്തിലൊന്നുമില്ലാത്ത പുതിയൊരു ജാലവിദ്യ അങ്കിൾ അവതരിപ്പിച്ചുകാണിച്ചു.

ദീപയും വീട്ടുകാരും പൂമുഖത്ത് അങ്കിളിന്റെ മുന്നിൽ ആകാംക്ഷയോടെ കാത്തിരുന്നു. അങ്കിൾ ബാഗു തുറന്ന്

ഒരു പെട്ടി വിസിറ്റിങ് കാർഡ് പുറത്തെടുത്തു. ഭംഗിയുള്ള ആ ചില്ലുപെട്ടിയിൽ 50 കാർഡുകളുണ്ടായിരുന്നു. അങ്കിളിന്റെ ഫോട്ടോയും വിലാസവും പ്രിന്റുചെയ്തിട്ടുള്ള നിറപ്പകിട്ടുള്ള വിസിറ്റിങ് കാർഡുകൾ. കാർഡുകളുടെ നേർപകുതി പകുത്തെടുത്ത് അങ്കിൾ ദീപയുടെ കയ്യിൽ കൊടുത്തു. ദീപയും അങ്കിളും വെറുതെ ആ കാർഡുകൾ ഒന്നു കശക്കി. അങ്കിളിന്റെ കയ്യിലെ കാർഡുകൾക്കു മുകളിൽ ദീപയുടെ കാർഡുകൾ തിരിച്ചുവച്ചു (പ്രിന്റിങ്ങുള്ള ഭാഗം മുകളിൽ കാണുംവിധം). അതായത് 50 കാർഡുകളിൽ അടിയിലിരിക്കുന്ന 25 എണ്ണം കമിഴ്ന്നും (പ്ലെയിൻഭാഗം മുകളിൽ കാണുംവിധം) അടുത്ത 25 കാർഡുകൾ അതിനുമുകളിൽ മലർന്നുമാണിരിക്കുന്നത്. തുടർന്ന് കാർഡുകൾ മൊത്തമായെടുത്ത് നന്നായി കശക്കുവാൻ അങ്കിൾ ദീപയുടെ അച്ഛനോടു പറഞ്ഞു. അദ്ദേഹം ആ കൃത്യം ഭംഗിയായി നിർവഹിച്ചു.

ഇപ്പോൾ കമിഴ്ന്നും മലർന്നും ഇടകലർന്നിരിക്കുന്ന കാർഡുകളിൽനിന്ന് 25 എണ്ണം എണ്ണിയെടുത്ത് തന്റെ വലതുകയ്യിൽ വയ്ക്കാൻ അങ്കിൾ ദീപയോടു പറഞ്ഞു. ദീപ അതുപോലെ ചെയ്തു.

ബാക്കിയുള്ള 25 കാർഡുകളിൽ മലർന്നിരിക്കുന്ന കാർഡു
കൾ മാത്രം എണ്ണിത്തിരിക്കാനായി അങ്കിൾ ആവശ്യപ്പെട്ടു.
ദീപ മലർന്നിരിക്കുന്ന കാർഡുകൾ മാത്രം തെരഞ്ഞെ
ടുത്തു. ഒപ്പം അങ്കിൾ തന്റെ കയ്യിൽ 25 കാർഡുകൾക്കിട
യിൽനിന്ന് മലർന്നിരുന്ന കാർഡുകൾ തെരഞ്ഞെടുത്തു.

തുടർന്ന് ഇരുവരും എണ്ണിമാറ്റിയ വിസിറ്റിങ് കാർഡു
കൾ എത്ര വീതമുണ്ടെന്ന് എണ്ണിനോക്കി. അത്ഭുതം
സംഭവിച്ചത് അപ്പോഴാണ്. രണ്ടുപേർക്കും തുല്യ എണ്ണം
കാർഡുകളാണ് കിട്ടിയിരിക്കുന്നത്.

ക്രമം തെറ്റിയ കാർഡുകൾക്കിടയിൽനിന്ന് ഇങ്ങനെ
തുല്യഎണ്ണം ശീട്ടുകൾ എങ്ങനെ ലഭിച്ചു എന്നറിയാൻ
ദീപയ്ക്കും വീട്ടുകാർക്കും ആകാംക്ഷയായി.

രഹസ്യം

50 കാർഡുകളുടെ അട്ടി രണ്ടായി പകുക്കുമ്പോൾ
നേർപകുതിയാണെന്നുള്ളത് ഉറപ്പുവരുത്തണം. 25-ാമത്തെ
കാർഡിൽ അതായത് മധ്യത്തിലിരിക്കുന്ന കാർഡിൽ
ശ്രദ്ധിക്കപ്പെടാത്ത തരത്തിൽ ഒരു അടയാളം ഇട്ടുവച്ചാൽ
ഒറ്റനോട്ടത്തിന് പകുത്തെടുക്കാനാകും. മൊത്തമായി കശ
ക്കിയശേഷം അങ്കിളിന്റെ കൈയിലെത്തിയ പാതി
അട്ടിയെ അദ്ദേഹം ആരും കാണാതെ മൊത്തമായി ഒന്നു
മറിച്ചിട്ടിരുന്നു. ബാക്കിയെല്ലാം സ്വാഭാവികമായി സംഭവി
ക്കുന്നതാണ്.

10

മനസ്സിനു നേരെ പിടിച്ച കണ്ണാടി

അസംബ്ലിയുള്ള ദിവസമായതിനാൽ ക്ലാസ്സ് തുട ങ്ങാൻ വൈകി. ദീപയുടെ മനസ്സ് ആകെ അസ്വസ്ഥമാ യിരുന്നു. കാരണം, അങ്കിൾ പഠിപ്പിച്ച പുതിയൊരു മാത്ത മാജിക്കുമായാണ് അന്ന വൾ സ്കൂളിലെത്തി യിരുന്നത്. ഉച്ചയ്ക്കു മുമ്പുള്ള ഇന്റർവെൽ സമയവും കാത്ത് ദീപ അക്ഷമയോടെ ഇരുന്നു.

തന്റെ ഏറ്റവും അടുത്ത സുഹൃത്തുക്കളായ ലക്ഷ്മി യെയും ശരണ്യയെയും രൂപ യെയും വിളിച്ചുകൊണ്ടാണ് ദീപ സ്കൂൾഗ്രൗണ്ടിലുള്ള ആൽത്തറയിലേക്കു പോയത്. ദീപ അവത രിപ്പിക്കാൻ പോകുന്നത് ഒരു മെന്റൽട്രിക്കായതി

നാലാണ് മറ്റാരേയും കൂട്ടേണ്ടെന്ന് തീരുമാനിച്ചത്. മറ്റൊ രാളുടെ മനസ്സിലുള്ളത് കണ്ടെത്തുന്ന ഈ വിദ്യക്ക് അങ്ങേ യറ്റത്തെ ശ്രദ്ധയും ഏകാഗ്രതയും ആവശ്യമുണ്ട്.

ദീപയുടെ കൈവശം പുരാണങ്ങളിലെ കഥാപാ ത്രങ്ങളുടെ പേരുകളടങ്ങുന്ന ഒരു നീണ്ട പട്ടികയുണ്ടായി രുന്നു.

1. ശ്രീരാമൻ
2. ശ്രീകൃഷ്ണൻ
3. അർജുനൻ
4. ഭീഷ്മർ
5. യുധിഷ്ഠിരൻ
6. സീത
7. ഹനുമാൻ
8. ലക്ഷ്മണൻ
9. ഭീമസേനൻ
10. കൈകേയി
11. ധർമ്മപുത്രർ
12. കർണ്ണൻ
13. പാഞ്ചാലി
14. ധൃതരാഷ്ട്രർ
15. പാണ്ഡു

ഈ പട്ടികയിൽനിന്ന് ഇഷ്ടപ്പെട്ട ഒരു കഥാപാത്ര ത്തിന്റെ പേര് മനസ്സിൽ വിചാരിക്കാൻ ദീപ രൂപയോട് ആവശ്യപ്പെട്ടു. തുടർന്ന് ആ പേര് താൻ കേൾക്കാതെ ലക്ഷ്മിയുടെയും ശരണ്യയുടെയും ചെവിയിൽ മന്ത്രി ക്കാൻ ദീപ നിർദ്ദേശിച്ചു. രൂപ താൻ വിചാരിച്ച പേര് ദീപ കേൾക്കാത്ത വിധത്തിൽ മറ്റു രണ്ടു പേരുടെയും കാതിൽ പറഞ്ഞു.

A

ശ്രീരാമൻ
അർജുനൻ
യുധിഷ്ഠിരൻ
ഹനുമാൻ
ഭീമസേനൻ
ധർമ്മപുത്രർ
പാഞ്ചാലി
പാണ്ഡു

B

അർജുനൻ
ഭീഷ്മർ
സീത
ഹനുമാൻ
കൈകേയി
ധർമ്മപുത്രർ
പാണ്ഡു
ധൃതരാഷ്ട്രർ

C

ഭീഷ്മർ
യുധിഷ്ഠിരൻ
സീത
ഹനുമാൻ
കർണ്ണൻ
പാഞ്ചാലി
ധൃതരാഷ്ട്രർ
പാണ്ഡു

D

ലക്ഷ്മണൻ
ഭീമസേനൻ
ധർമ്മപുത്രർ
കർണ്ണൻ
പാഞ്ചാലി
ഹനുമാൻ
ധൃതരാഷ്ട്രർ
പാണ്ഡു

തുടർന്ന് ദീപ നാല് ചെറിയ കടലാസുതുണ്ടുകൾ പുറത്തെടുത്തു. ആദ്യം കാണിച്ച ലിസ്റ്റിലെ പേരുകൾ നാല് തുണ്ടുകളിലും ക്രമം തെറ്റിച്ചെഴുതിയതു കാണാം.

A B C D എന്നീ പേരുകൾ നൽകിയിരിക്കുന്ന നാല് കടലാസുതുണ്ടുകളിലേക്കു ശ്രദ്ധ ക്ഷണിച്ചുകൊണ്ട് രൂപ ദീപയോട് ചില നിർദ്ദേശങ്ങൾ വച്ചു.

ദീപ കാർഡുകൾ ഓരോന്നായി എടുത്തു കാണിക്കു മ്പോൾ രൂപ വിചാരിച്ച പേര് ആ കാർഡിൽ ഉണ്ടെങ്കിൽ 'ഉണ്ട്' എന്നും ഇല്ലെങ്കിൽ 'ഇല്ല' എന്നും ഉറക്കെ പറയ ണമെന്നതാണ് നിർദ്ദേശം.

ദീപ ഓരോ കാർഡുകളായി എടുത്തു കാണിച്ചു. രൂപ
യുടെ മറുപടി ദീപ സശ്രദ്ധം കേട്ടു. നാലു കാർഡുകളും
കാണിച്ചുകഴിഞ്ഞപ്പോഴേക്കും രൂപയുടെ മനസ്സിലുണ്ടായി
രുന്നത് ഏതു പേരാണെന്ന് ദീപ കണ്ടെത്തിക്കഴിഞ്ഞു!

മൂവരും ഞെട്ടിപ്പോയി. ദീപ തങ്ങളുടെ മനസ്സു വായി
ക്കാനും പഠിച്ചുകഴിഞ്ഞിരിക്കുന്നു. എന്തൊരത്ഭുതം?

രഹസ്യം

ഒരു രഹസ്യകോഡ്നമ്പർ സൂക്ഷിക്കുക എന്നതു
മാത്രമാണ് ഈ വിദ്യയുടെ പിന്നിലെ സൂത്രം. അതാ
യത് **A, B, C ,D** എന്നീ പട്ടികകൾക്ക് യഥാക്രമം 1,2, 4,8
എന്നീ പേരുകൾ കോഡു നമ്പറായി മനസ്സിൽ വയ്ക്കണം.
ഏതൊക്കെ പട്ടികയിലാണ് 'ഉണ്ട്' എന്നു പറഞ്ഞതെന്ന്
നോക്കി ആ പട്ടികകളുടെ രഹസ്യകോഡുകൾ തമ്മിൽ
കൂട്ടുക. അപ്പോൾ കിട്ടുന്ന തുകയ്ക്കു സമാനമായി
ആദ്യത്തെ പൂർണപട്ടികയിൽ ആരുടെ പേരാണോ ഉള്ള
തെന്നു നോക്കുക. അതായിരിക്കും രൂപ വിചാരിച്ച പേര്.
ഉദാഹരണത്തിന് **A** യിലും **B** യിലും 'ഉണ്ട്' എന്നാണ്
പറഞ്ഞതെന്ന് വിചാരിക്കൂ. അപ്പോൾ **A**= 1, **B** = 2 (1+2=3).
അപ്പോൾ 3-ാമത്തെ പേര് അർജുനന്റേതായിരിക്കും.

11

ദീപ മൽസരവേദിയിൽ

ആയിടയ്ക്കാണ് സ്കൂളിൽ പുതിയൊരു താരം അവതരിച്ചത്. പുതുതായി സ്ഥലം മാറിവന്ന ഷൈലടീച്ചറുടെ മകനായിരുന്നു ആ വില്ലൻ. പഠനത്തിലും കലയിലുമെല്ലാം മുമ്പൻ. വക്കാണത്തിൽ വമ്പൻ. കൂടാതെ അല്ലറചില്ലറ ഇന്ദ്രജാലവിദ്യകളും പൊടിക്കൈയൊയുണ്ട്. വിദ്യാർഥികൾക്കിടയിൽ ദീപയുടെ തിളക്കമാർന്ന വ്യക്തിത്വം സൂരജ് എന്ന വില്ലന് അത്ര ദഹിച്ചില്ല. ഒടുവിൽ ഒരു വെല്ലുവിളി ഏറ്റെടുക്കാൻ ദീപ നിർബന്ധിതയായി. മാത്തമാജിക്കിലെ അത്ഭുതവിദ്യകളിൽ ദീപയ്ക്കാണ് കൂടുതൽ സാമർഥ്യമെന്ന് എല്ലാവർക്കുമറിയാമെങ്കിലും സൂരജ് ടീച്ചറുടെ മകനായതുകൊണ്ട് ആരും ദീപയെ പിന്തുണയ്ക്കുകയുണ്ടായില്ല. അങ്ങനെ കൂട്ടുകാരെല്ലാം നോക്കിനിൽക്കേ ക്ലാസ്സ്മുറിയിൽ ദീപയും സൂരജും തമ്മിൽ അങ്കം കുറിച്ചു. ദീപയുടേതായിരുന്നു ആദ്യ ഊഴം.

ദീപ കുട്ടികളുടെ മുമ്പിൽ സധൈര്യം നിലയുറപ്പിച്ചു. നേർക്കുനേർ സൂരജും.

"സൂരജ് 1 നും 10 നും ഇടയ്ക്കുള്ള ഇഷ്ടപ്പെട്ട ഒരു സംഖ്യ മനസ്സിൽ വിചാരിക്കൂ" - ദീപ നിർദ്ദേശിച്ചു.

"ഉം" സൂരജ് ഗൗരവഭാവത്തിൽ തലയാട്ടി.

"വിചാരിച്ച സംഖ്യയോട് 1 കൂട്ടണം."

"ഓകെ, 1 കൂട്ടി."

"ഇനി ചെയ്യേണ്ടത് ഇപ്പോൾ കിട്ടിയ സംഖ്യയെ 3 കൊണ്ട് ഗുണിക്കണം."

സൂരജ് പോക്കറ്റിൽനിന്ന് പേനയെടുത്ത് നോട്ടുബു ക്കിൽ എഴുതി ഗുണിച്ചുനോക്കി, ഉത്തരം കണ്ടുപിടിച്ചു. ഉത്തരം മാറിപ്പോകാതെ മനസ്സിൽതന്നെ സൂക്ഷിക്കണ മെന്ന് ദീപ നിർദേശിച്ചു. സൂരജ് തലകുലുക്കി സമ്മതി ക്കുകയും ചെയ്തു.

ഗുണിച്ചുകിട്ടിയ സംഖ്യയോടു വീണ്ടും 1 കൂട്ടാനായി ദീപയുടെ അടുത്ത നിർദേശം.

സൂരജ് അതുപോലെ ചെയ്തു.

"ഇനി ആദ്യം മനസ്സിൽ വിചാരിച്ച സംഖ്യ ഇപ്പോൾ കിട്ടിയ തുകയോടുകൂടി കൂട്ടണം."

സൂരജ് വീണ്ടും നോട്ടുബുക്കിൽ ക്രിയ ചെയ്ത് വളരെ പെട്ടെന്നുതന്നെ ഉത്തരം കണ്ടെത്തി.

കുട്ടികൾക്ക് എന്താണ് സംഭവിക്കാൻപോകുന്നതെ ന്നറിയാനുള്ള അതിയായ ആകാംക്ഷയായിരുന്നു. ദീപയ്ക്ക് പിഴവു സംഭവിക്കില്ലെന്ന് അവർക്ക് നന്നായ റിയാം. എന്നാലും ഒരു മൽസരവേദിയായതുകൊണ്ട് ചിലർക്കൊക്കെ പരിഭ്രമമില്ലാതില്ല. ദീപയോട് അസൂയയു ള്ളവരും കൂട്ടത്തിലുണ്ട്. അവരുടെ ആഗ്രഹം എന്തായിരി ക്കുമെന്ന് പറയേണ്ടതില്ലല്ലോ. എന്തായാലും ദീപ ഒരു കൂസലുമില്ലാതെയാണ് സൂരജിനെ നേരിട്ടുകൊണ്ടിരിക്കു ന്നത്.

"സൂരജിനു കിട്ടിയ ഉത്തരം എല്ലാവരും കേൾക്കത്ത ക്കവിധത്തിൽ ഉച്ചത്തിൽ വിളിച്ചു പറയൂ."

"മുപ്പത്താറ്" സൂരജ് വിളിച്ചുപറഞ്ഞു.

"ശരി, അപ്പോൾ സൂരജ് ആദ്യം മനസ്സിൽ വിചാരിച്ച സംഖ്യ 8 ആയിരിക്കണമല്ലോ."

സൂരജ് എന്തു പറയണമെന്നറിയാതെ നിൽക്കുക യാണ്. ഇവളെ തോൽപ്പിക്കാൻവേണ്ടി ഉത്തരം തെറ്റിച്ചു പറഞ്ഞാൽ മതിയായിരുന്നു എന്ന് സൂരജ് ആലോചിച്ചു പോയി. ഇനിയിപ്പോ എന്തു ചെയ്യാം. ദീപയുടെ സൂത്രം ഫലിച്ചിരിക്കുന്നു. താൻ കള്ളം പറഞ്ഞാൽ കൂട്ടുകാരിൽ മറ്റാരെയെങ്കിലും വിളിച്ചുനിർത്തി അവൾ പരീക്ഷിച്ചു വിജ യിക്കും. അപ്പോൾ താൻ മണ്ടനാകുകതന്നെ ചെയ്യും. അതുകൊണ്ട് സത്യം പറയുന്നതുതന്നെയാണ് നല്ലതെന്ന് അവനു തോന്നി.

"ദീപ പറഞ്ഞതു ശരിയാണ്" സൂരജ് പ്രഖ്യാപിച്ചു.

കൂട്ടുകാരെല്ലാം കയ്യടിച്ചു.

"അപ്പ് അപ്പ് ദീപ....അപ്പ് അപ്പ് ദീപ......" കുട്ടികളുടെ ജയ്‌വിളികൾ സൂരജിനെ അസ്വസ്ഥനാക്കി.

രഹസ്യം

വളരെ ലളിതമായ ഒരു വിദ്യയാണ് ദീപ പ്രയോഗിച്ചത്. സൂരജ് ഒടുവിൽ പറഞ്ഞ ഉത്തരത്തിൽനിന്നും 4 കുറയ്ക്കുകയും തുടർന്ന് സങ്കലനം ചെയ്തുകിട്ടിയ സംഖ്യയെ 4 കൊണ്ട് ഹരിക്കുകയുമാണ് ചെയ്തത്. ഏതു സംഖ്യ വിചാരിച്ചാലും ഈ രീതിയിൽ വളരെ പെട്ടെന്ന് ഉത്തരം കണ്ടെത്താവുന്നതേയുള്ളൂ.

12

സൂരജിന്റെ ഊഴം

ആരുടെ നമ്പറാണ് സൂപ്പർ എന്ന് നോക്കിക്കോ എന്ന ഭാവത്തോടെയാണ് സൂരജിന്റെ നിൽപ്പ്. ദീപയും കൂട്ടുകാരും നിശ്ശബ്ദരായി സൂരജിനെ വട്ടമിട്ട് നിൽക്കുന്നു. സിനിമയിലെ സൂപ്പർസ്റ്റാറിന്റെ ഗമയിൽ സൂരജ് ചില അംഗ വിക്ഷേപങ്ങളൊക്കെ നടത്തി. ദീപയോടുതന്നെയാണല്ലോ സൂരജിനു പൊരുതേണ്ടത്. വിട്ടുകൊടുക്കാത്ത ഭാവത്തിൽ ദീപ സൂരജിനു മുന്നിലുണ്ട്.

"ദീപ ഒരു സംഖ്യ കടലാസിൽ എഴുതണം" സൂര ജിന്റെ ആജ്ഞ വന്നതും ദീപ കടലാസും പേനയും കയ്യി ലെടുത്തു.

"എത്ര അക്കമുള്ള സംഖ്യയാണ് വിചാരിക്കേണ്ട തെന്ന് പറഞ്ഞില്ലല്ലോ" ദീപ സൂരജിനെ നോക്കി ചോദിച്ചു.

"തന്റെ ഇഷ്ടംപോലെ ഏതു രണ്ടക്ക സംഖ്യയും വിചാരിക്കാം. പക്ഷേ, ഒരക്കംതന്നെ ആവർത്തിച്ചു വര രുത് എന്നുമാത്രം."

ദീപ ആ സംഖ്യ കടലാസിൽ എഴുതിവച്ചു.

ദീപ എഴുതിയ സംഖ്യ ഒന്ന് തിരിച്ചെഴുതണമെന്ന് സൂരജ് പറഞ്ഞതനുസരിച്ച് ദീപ അതുപോലെ ചെയ്തു.

ഉദാഹരണത്തിന് ദീപ 54 ആണ് എഴുതിയതെങ്കിൽ അത് തിരിച്ചിടുമ്പോൾ 45 എന്നാവും.

തിരിച്ചെഴുതിയ സംഖ്യയിൽനിന്ന് ആദ്യസംഖ്യ കുറച്ച് വ്യത്യാസം കാണാനാണ് സൂരജിന്റെ അടുത്ത നിർദേശം.

ദീപ വ്യത്യാസം കണ്ടുകിട്ടിയ സംഖ്യ മറ്റാരും കാണാതെ കടലാസിൽ എഴുതി.

"ഉത്തരത്തിനോടുകൂടി ദീപയ്ക്ക് ഇഷ്ടമുള്ള ഒരക്കം കൂട്ടണം."

ദീപ തനിക്കു തോന്നിയ ഒരക്കം പ്രസ്തുത സംഖ്യ യോടു കൂട്ടി ഉത്തരമെഴുതി.

"ദീപയ്ക്കു കിട്ടിയ ഉത്തരം ഒന്നുറക്കെ പറയൂ."

ദീപ വിളിച്ചു പറഞ്ഞു: "69."

"അപ്പോൾ ദീപ ഒടുവിൽ ചേർത്ത അക്കം 6 ആയി രിക്കണം."

ഒരു പകരംവീട്ടലെന്നപോലെ സൂരജിന്റെ ഡയലോഗ് വന്നു.

"അതെ", ദീപ ഒന്നുമാലോചിക്കാതെ ചിരിച്ചുകൊണ്ട് പറഞ്ഞു.

കുട്ടികൾ സൂരജിനെയും കയ്യടിച്ചു പ്രോൽസാഹി പ്പിച്ചു.

അങ്ങനെ ആ മൽസരത്തിൽ ഇരുവരും വിജയികളാ യി, തുല്യശക്തികളായി നിലകൊണ്ടു.

രഹസ്യം

ഇവിടെ സംഖ്യകളിലൊന്ന് തലതിരിച്ചെഴുതി വ്യത്യാസം കണ്ടപ്പോൾ കിട്ടിയ ഉത്തരം ഒമ്പതിന്റെ ഗുണി തമായിരിക്കും. ഒമ്പതുകളുടെ ഗുണിതഫലം മാറ്റിനിർത്തി ബാക്കിയുള്ള സംഖ്യ എത്രയാണോ അതായിരിക്കും ഒടു വിൽ കൂട്ടിയ സംഖ്യയെന്ന് നിസ്സംശയം പറയാം. 69 എന്ന സംഖ്യയിൽനിന്ന് 9 ഒഴിവാക്കുമ്പോൾ 6 എന്ന സംഖ്യ അവശേഷിക്കുന്നു.

13

ഹെഡ്മാസ്റ്ററെ ഐസാക്കിയ ഗണിതവിസ്മയം

ഇടവേളകളിൽ കുട്ടികൾ ദീപയുടെയും സൂരജി
ന്റെയും ചുറ്റും കൂടുന്ന കാര്യം ഹെഡ്മാസ്റ്ററുടെ ചെവി
യിലെത്തി. എന്നാൽ മോഡൽപ്പരീക്ഷയുടെ റിസൾട്ട് വന്ന
പ്പോഴാണ് അദ്ദേഹത്തിനു ഹാലിളകിയത്. മിക്ക
കുട്ടികൾക്കും മാർക്ക് ആവറേജിലും താഴെ. ഹെഡ്മാ
സ്റ്റർ അധ്യാപകരെയെല്ലാം വിളിച്ചുകൂട്ടി കഠിനമായി
ശാസിച്ചു. അപ്പോഴാണ് ഒരധ്യാപികയ്ക്ക് ദേഷ്യം കലു
ഷമായതും ദീപയെയും സൂരജിനെയും പ്രതികളാക്കി
യതും.

"കുട്ടികൾ സ്കൂളിൽ വരുന്നത് പഠിക്കാനായിരി
ക്കണം. അല്ലാതെ......."

"എന്താണ് ഷെർലിൻ ഉദ്ദേശിക്കുന്നതെന്ന് തെളിച്ചു
പറയൂ" ഹെഡ്മാസ്റ്റർ പറഞ്ഞു.

"ആ രണ്ട് കുട്ടികൾ സ്കൂളിലെ കുട്ടികളെയെല്ലാം
വഷളാക്കി. അല്ലാതെന്തു പറയാൻ....." അരിശംകൊണ്ട്
ഷെർലിൻടീച്ചർക്ക് കാര്യം മുഴുമിപ്പിക്കാൻ പറ്റിയില്ല.
തുടർന്ന് സേതുമാഷാണ് വിശദമാക്കിയത്.

"കുട്ടികൾക്ക് ഇത്തരം കഴിവുകൾ ഉള്ളത് നല്ലതാണ്.
നമ്മൾ അവരെ പ്രോൽസാഹിപ്പിക്കേണ്ടതുമാണ്. പക്ഷേ,

ദീപയുടെയും സൂരജിന്റെയും കാര്യത്തിൽ അൽപ്പം അതിരുകടക്കുന്നില്ലേ എന്നൊരു സംശയമുണ്ട്. ഒരു തമാശയെന്നമട്ടിൽ ഇത് തള്ളിക്കളയാനാവില്ല. കുട്ടികളിൽ അവർ ഒരു ഹാരിപോട്ടർ ഇമേജ് സൃഷ്ടിച്ചിരിക്കുകയാണ്. ഇത് അപകടമാണ്. ക്ലാസ്സുമുറികളിലും ഗ്രൗണ്ടിലും ഇവർ അങ്കം തുടങ്ങിയിരിക്കുന്നു. സാർ ഇടപെട്ടില്ലെങ്കിൽ ഈ വർഷം റിസൾട്ട് വളരെ മോശമാവും; സംശയമില്ല."

ഷൈലടീച്ചറുടെ മുഖം വിളറിപ്പോയി.

ഹെഡ്മാസ്റ്റർക്ക് സംഗതിയുടെ ഗൗരവം മനസ്സിലായി. മാഷ് ഒരു കാര്യം തീരുമാനിച്ചുറപ്പിച്ചു. ഇനി സ്കൂൾ കോമ്പൗണ്ടിനകത്ത് മാത്തമാജിക് പാടില്ല എന്ന് ഇന്നു തന്നെ നോട്ടീസ് ഇറക്കണം.

ദീപയെയും സൂരജിനെയും ഹെഡ്മാസ്റ്റർ തന്റെ മുറിയിൽ വിളിപ്പിച്ചു. രണ്ടുപേരും കിടുകിടാ വിറയ്ക്കുന്നുണ്ടായിരുന്നു.

എന്നാൽ ഹെഡ്മാസ്റ്റർ വളരെ സൗമ്യമായാണ് അവരോട് ഇടപെട്ടത്. അദ്ദേഹം പറഞ്ഞു:

“നിങ്ങളുടെ ഗണിതവിദ്യകൾ ഈ സ്കൂളിലാകെ ഒരു തരംഗം സൃഷ്ടിച്ചിരിക്കുകയാണ്. രണ്ടുപേരുംകൂടി മൽസരംവരെ എത്തിയെന്നറിഞ്ഞു. കുട്ടികൾ മിടുക്കരാവുന്നതുതന്നെയാണ് നല്ലത്. പക്ഷേ, അത് മറ്റുള്ള കുട്ടികളുടെ പഠിപ്പിനെ ബാധിച്ചാൽ ഹെഡ്മാസ്റ്റർക്ക് ഇടപെടാതിരിക്കാനാവില്ല. ആട്ടെ, ഞാനിതുവരെ നിങ്ങളുടെ ഈ മാത്ത് ട്രിക്സ് ഒന്നു കണ്ടില്ലല്ലോ. രണ്ടുപേരും ഓരോ വിദ്യകൾ ഇപ്പോൾ കാണിക്കാമോ?”

രണ്ടുപേരുടെയും പേടി പമ്പ കടന്നു. വിദ്യ കാണിക്കാൻ ആദ്യം മുന്നോട്ടുവന്നത് സൂരജാണ്.

“സാർ, ഒരു കടലാസും പേനയും കരുതണം. ഞാൻ പറയാൻപോകുന്ന നിർദ്ദേശമനുസരിച്ച് ചില ക്രിയകൾ ചെയ്യാനാണ്.” സൂരജ് പറഞ്ഞതനുസരിച്ച് ഹെഡ്മാസ്റ്റർ റെഡിയായിരുന്നു.

“ഒന്നിനും പത്തിനും ഇടയിലുള്ള ഏതെങ്കിലുമൊരു സംഖ്യ വിചാരിക്കൂ” സൂരജ് പറഞ്ഞു.

വിചാരിച്ച സംഖ്യ എച്ച് എം കടലാസിൽ കുറിക്കുകയും ചെയ്തു. തുടർന്ന് ആ സംഖ്യയെ 5 കൊണ്ട് ഗുണിക്കണമെന്നായി സൂരജ്. എച്ച് എം മനക്കണക്കുകൊണ്ടു തന്നെ പെട്ടെന്ന് ഗുണിച്ചുനോക്കി ഉത്തരമെഴുതി.

“ഇനി ആ ഗുണനഫലത്തിനോടൊപ്പം 6 എന്ന സംഖ്യ കൂട്ടണം” സൂരജ് ആവശ്യപ്പെട്ടു.

തുടർന്ന് ഇപ്പോൾ കിട്ടിയ ഉത്തരത്തെ 4 എന്ന സംഖ്യ കൊണ്ട് ഗുണിക്കണമെന്ന് സൂരജ് നിർദ്ദേശിച്ചു.

“വീണ്ടും ഒരു സങ്കലനംകൂടി. ഗുണനഫലത്തിനോട് 9 എന്ന അക്കം കൂട്ടണം.”

ദീപയ്ക്ക് ഇതുകേട്ട് ചിരിവന്നു. ഹെഡ്മാസ്റ്റർ കണ്ണ ടയുടെ കോണിലൂടെ സൂരജിനെയും ദീപയെയും മാറി മാറി നോക്കി. എന്നിട്ട് 9 കൂട്ടിയശേഷം കിട്ടിയ ഉത്തരം തന്റെ മുന്നിലുള്ള കടലാസിൽ കുറിച്ചു.

"അവസാനമായി ഒരു ഗുണിതംകൂടിയുണ്ട്."

എച്ച് എം ന്റെ വായിൽനിന്ന് എന്തെങ്കിലും കേൾക്കു മെന്ന പേടികൊണ്ടാവണം സൂരജ് അങ്ങനെ പറഞ്ഞത്. കുറേനേരമായില്ലേ തുമ്പിയെക്കൊണ്ട് കല്ലെടുപ്പിക്കും പോലെയുള്ള സൂരജിന്റെ വേല തുടങ്ങിയിട്ട്.

ഒരു ചെറുപുഞ്ചിരിയോടെ എച്ച് എം ആ ക്രിയയും ചെയ്തു.

"ശരി, ഇനി സാർ ഉത്തരം പറഞ്ഞുകൊള്ളൂ."

സൂരജ് വിജയഭാവത്തിൽ എച്ച് എം ന്റെ ഉത്തരം കേൾക്കാനായി കാതോർത്തുനിന്നു.

"865"

എച്ച് എം ആ സംഖ്യ പറഞ്ഞുതീർന്നതേയുള്ളൂ. സൂരജ് എച്ച് എം നെ ഞെട്ടിച്ചുകൊണ്ട് അദ്ദേഹം ആദ്യം മനസിൽ വിചാരിച്ച സംഖ്യ ഏതെന്ന് ഉറക്കെ പറഞ്ഞു:

"7 എന്ന സംഖ്യയായിരുന്നു സാർ ആദ്യം മനസ്സിൽ വിചാരിച്ചത്."

"അതെങ്ങനെ സൂരജിനു മനസിലായി?" അത്ഭുത സ്തബ്ധനായ എച്ച് എം അങ്ങനെ അറിയാതെ ചോദിച്ചു പോയി.

"സാർ ഏതു നമ്പർ മനസ്സിൽ വിചാരിച്ചാലും ഞാനതു കണ്ടുപിടിക്കും. സംശയമുണ്ടെങ്കിൽ ഒരിക്കൽ ക്കൂടി നോക്കാം."

"ഹമ്പട മിടുക്കാ......" എച്ച് എം സൂരജിനെ കെട്ടിപ്പി ടിച്ചു.

അതു കണ്ടപ്പോൾ ദീപയുടെ ഭയം ഓടിയകന്നു. ധൈര്യസമേതം അക്കങ്ങളുടെ അതിശയങ്ങളിലേക്ക് അവൾ എച്ച് എം നെ കൂട്ടിക്കൊണ്ടുപോയി. ഇരുവരും സമ്മാനങ്ങളും വാങ്ങിയാണ് എച്ച് എം ന്റെ ഓഫീസിൽ നിന്ന് പുറത്തിറങ്ങിയത്.

മറ്റ് അധ്യാപകർ മുറുമുറുത്തപ്പോൾ എച്ച് എം പറഞ്ഞു:

"ഞാനും നിങ്ങളും തെറ്റിദ്ധരിച്ചു. ഇത് ഒരിക്കലും പഠനത്തെ പ്രതികൂലമായി ബാധിക്കുന്ന കാര്യമല്ല. മറിച്ച് പഠിക്കാൻ പ്രേരിപ്പിക്കുകയേയുള്ളൂ. അധ്യാപകർ കുട്ടി കളെ ഭയപ്പെടുത്താതെ അവരുടെ സുഹൃത്തുക്കളാകാൻ നോക്കണം. ദീപയെയും സൂരജിനെയും പ്രോത്സാഹിപ്പി ക്കുകയാണ് വേണ്ടത്."

രഹസ്യം

സൂരജ് ചെയ്ത വിദ്യയുടെ രഹസ്യം ഓർത്തിരിക്കാൻ വളരെ എളുപ്പമാണ്. അതായത് ക്രിയാഫലത്തിന്റെ ഒടു വിലെ രണ്ട് അക്കങ്ങൾ ഒഴിവാക്കുകയും അവശേഷിക്കുന്ന ആദ്യത്തെ അക്കത്തിൽനിന്ന് 1 കുറയ്ക്കുകയും ചെയ് താൽ മതി.

14

കലണ്ടറിലെ അത്ഭുതം

സൂരജിന്റെ ബർത്ത്ഡെ കെങ്കേമമാക്കാൻതന്നെ ഷൈലടീച്ചർ തീരുമാനിച്ചു. തന്റെ മകനോട് അസൂയയുള്ള അധ്യാപകർക്ക് മുമ്പിൽ ഒന്നു ഷൈൻചെയ്തുകളയാ മെന്നുതന്നെയാണ് ടീച്ചറുടെ തീരുമാനം. എന്തായാലും ഹെഡ്മാസ്റ്റർ അവരുടെയെല്ലാം അഭിപ്രായങ്ങളെ കാറ്റിൽപ്പറത്തിക്കഴിഞ്ഞിരിക്കുകയാണല്ലോ.

മാത്തമാജിക്കിന്റെ കാര്യത്തിൽ ദീപയേക്കാൾ മിടു ക്കൻ സൂരജാണെന്ന് തെളിയിക്കുകയും വേണം ടീച്ചർക്ക്. അതിനുവേണ്ടി കിട്ടാവുന്ന പുസ്തകങ്ങളൊക്കെ തേടി പ്പിടിക്കുകയാണ് ടീച്ചറിപ്പോൾ. അടുത്ത വേനലവധിക്ക് ദൂരെയുള്ള ഏതോ മാന്ത്രികന്റെ കീഴിൽ അഭ്യാസം തുട ങ്ങാനുള്ള ഏർപ്പാടും ഇതിനകം ചെയ്തുകഴിഞ്ഞതായി സൂരജുതന്നെ സ്കൂളിൽ പാട്ടാക്കിക്കഴിഞ്ഞു.

ക്ഷണിക്കപ്പെട്ട അധ്യാപകരും അയൽപക്കക്കാരായ കുട്ടികളും സൂരജിന്റെ വീട്ടിലെത്തിയപ്പോൾ ഒരു ചെറിയ ഉൽസവത്തിന്റെ പ്രതീതിയായിരുന്നു. കേക്കുമുറിക്കലും സദ്യയും കഴിഞ്ഞപ്പോൾ വന്നവർ പോകാൻ ഭാവിച്ചുതു ടങ്ങി. അതു മനസ്സിലാക്കിയ ഷൈലടീച്ചർ സൂരജിന്റെ

മാത്തമാജിക് പെർഫോമൻസ് നടക്കാൻ പോകുന്ന വിവരം കുട്ടികളെക്കൊണ്ട് പറയിപ്പിച്ചു. മുറ്റത്തെ കൊച്ചു പന്ത ലിൽ എല്ലാവരും കൂടിയിരുന്നപ്പോൾ ടീച്ചറുടെ സഹപ്ര വർത്തകരും അവിടെ വന്ന് ഇരുന്നു.

ടീച്ചറുടെ മകനെന്ന പദവിക്കു മുകളിൽ ഒരു പെർഫോ മറുടെ തിളക്കംകൂടി കൈവന്നപ്പോൾ സൂരജിന്റെ ഗമ അൽപ്പം കൂടെ കൂടിയ മട്ടാണ്. പക്ഷേ, അതൊക്കെ മറ ച്ചുവച്ച് കാണികളെ കയ്യിലെടുക്കാനുള്ള ഭാവപ്രകടന ങ്ങളൊക്കെ അവൻ ഇതിനകം പഠിച്ചിരിക്കുന്നു.

സ്കൂൾ യൂണിഫോമിൽനിന്ന് വ്യത്യസ്തമായി

കറുത്ത സ്യൂട്ടും തിള ങ്ങുന്ന ഗൗണും ധരിച്ച് ഒരു കൊച്ചു മാന്ത്രികന്റെ വേഷ ത്തിലാണ് സൂര ജിന്റെ നിൽപ്പ്.

പന്ത ലിന്റെ തൂൺകാലിൽ ഒ രു കലണ്ടർ ചാ ക്കു നൂലുകൊ ണ്ട് കെട്ടിത്തൂ ക്കിയിട്ടിട്ടുള്ളത് എല്ലാവരും ശ്ര ദ്ധിച്ചു. സൂരജ് എല്ലാവരുടെയും ശ്രദ്ധ അങ്ങോ ട്ടു ക്ഷണിച്ചതാ ണെന്നു പറയാം.

തുടർന്ന് കൂട്ടുകാരിൽ ഒരാളോട് ആ കലണ്ടറിൽ നിന്നും ഏതെങ്കിലും ഒരു മാസം തെരഞ്ഞെടുക്കാൻ സൂരജ് ആവശ്യപ്പെട്ടു. അതായത് 12 മാസങ്ങളിൽനിന്ന് ഇഷ്ടപ്പെട്ട ഒരു മാസം.

ഷാജഹാൻ എന്ന മിടുക്കൻ ചാടിയെഴുന്നേറ്റ് ചെന്ന് കലണ്ടർ തിരിച്ചും മറിച്ചും നോക്കിയശേഷം ഒരു മാസം തെരഞ്ഞെടുത്തതായി അറിയിച്ചു.

എല്ലാവരും നോക്കിക്കൊണ്ടു നിൽക്കേ സൂരജ് തന്റെ കണ്ണടച്ചുപിടിച്ചശേഷം കൺപോളകൾക്കുമുകളിൽ ഓരോ നാണയം വച്ച് തൂവാലകൊണ്ട് മൂടിക്കെട്ടി.

"ഷാജഹാൻ തെരഞ്ഞെടുത്ത മാസത്തിൽ അഞ്ച് ആഴ്ചകളുണ്ടാവുമല്ലോ. അതായത് പാരലൽ ആയിട്ടുള്ള അഞ്ചു വരികൾ." ഒന്നും കാണാത്ത അവസ്ഥയിൽ സൂരജ് ചോദിച്ചു മനസ്സിലാക്കി.

"ഉണ്ട്" ഷാജഹാൻ മറുപടി കൊടുത്തു.

"ശരി, എങ്കിൽ ഓരോ വരിയിലും ഇഷ്ടപ്പെട്ട ഓരോ ദിവസം അടയാളപ്പെടുത്തൂ."

ഷാജഹാൻ അടയാളമിട്ടുകൊണ്ടിരുന്നപ്പോൾ മറ്റു കുട്ടികൾ കയ്യടിയുമായി അകമ്പടികൂടി.

അടയാളമിട്ട തീയതികളിൽ നോക്കി എത്ര ഞായറാഴ്ചകളുണ്ട്, എത്ര തിങ്കളാഴ്ചകളുണ്ട്....... എത്ര ശനിയാഴ്ചകളുണ്ട് എന്നിങ്ങനെ സൂരജ് ചോദിച്ചു മനസ്സിലാക്കി.

ഉടൻതന്നെ സൂരജ് ഒരു സംഖ്യ വിളിച്ചു പറഞ്ഞു. അത് ഓർമ്മിച്ചിരിക്കണമെന്നും എല്ലാവരോടുമായി ആവശ്യപ്പെട്ടു.

അതിനുശേഷം അടയാളപ്പെടുത്തിയ അക്കങ്ങൾ തമ്മിൽ കൂട്ടി തുക കണ്ടെത്താൻ ഷാജഹാനോട് പറഞ്ഞു.

ഷാജഹാനു തുക കിട്ടിയെന്നറിഞ്ഞപ്പോൾ അത്

ഉറക്കെ വിളിച്ചു പറയാൻ സൂരജ് അനുവാദം നൽകി.

ഷാജഹാൻ വിളിച്ചുപറഞ്ഞത് സൂരജ് മുൻകൂട്ടി അനൗൺസ് ചെയ്ത അതേ സംഖ്യ!

ഷൈലടീച്ചറുടെ മുഖം അഭിമാനംകൊണ്ട് വിടരുന്നത് മറ്റുള്ളവർ ഒളികണ്ണിട്ടു നോക്കി. ഓരോരുത്തരായി വന്ന് സൂരജിന് ഹസ്തദാനം നൽകി പിരിഞ്ഞുപോയി.

രഹസ്യം

കലണ്ടറിൽനിന്നും ഇഷ്ടപ്പെട്ട മാസം തെരഞ്ഞെടു ത്തുകഴിഞ്ഞാൽ അതിലെ 1-ാം തീയതി തുടങ്ങുന്ന ദിവ സമേതാണെന്ന് നിങ്ങൾ രഹസ്യമായി നോക്കി വയ്ക്ക ണം. അതിനുശേഷമേ കണ്ണുകൾ മൂടിക്കെട്ടാവൂ. 1-ാം തീയതി ഞായറാഴ്ചയാണെങ്കിൽ 75 എന്ന കോഡ് മന സ്സിൽ കുറിച്ചിടുക. തിങ്കളാഴ്ചയാണെങ്കിൽ 70, ചൊവ്വയാ ണെങ്കിൽ 65 എന്നിങ്ങനെ 5 കുറച്ചുകൊണ്ട് വരുമ്പോൾ ശനിയാഴ്ചയിലെത്തുമ്പോൾ 45 ആയിരിക്കുമല്ലോ.

തുടർന്ന് അടയാളപ്പെടുത്തിയ തീയതികളിൽ എത്ര ഞായറാഴ്ചകളുണ്ടോ അതിനെ പൂജ്യംകൊണ്ടും എത്ര തിങ്കളാഴ്ചകളുണ്ടോ അതിനെ 1 കൊണ്ടും എത്ര ചൊവ്വാ ഴ്ചകളുണ്ടോ അതിനെ 2 കൊണ്ടും...... ഈ ക്രമത്തിൽ വന്ന് എത്ര ശനിയാഴ്ചകളുണ്ടോ അതിനെ 6 കൊണ്ടും ഗുണിക്കുക. ഇവിടെ കിട്ടുന്ന ഓരോ ഉത്തരവും മനസ്സിൽ സൂക്ഷിച്ചിട്ടുള്ള കോഡുനമ്പറിനോടുകൂടി കൂട്ടുക. അട യാളപ്പെടുത്തിയ തീയതികളുടെ മൊത്തം സങ്കലനഫലവും നിങ്ങൾ കണ്ടെത്തുന്ന സംഖ്യയും തുല്യമായിരിക്കും.

15

എണ്ണം മാറുന്ന ഇയർബഡ്ഡുകൾ

സൂരജിന്റെ പ്രകടനം കഴിഞ്ഞ ഉടനെ അധ്യാപകരും അവരുടെ കുടുംബാംഗങ്ങളും സ്ഥലം വിട്ടു. പക്ഷേ, അയൽപക്കത്തെ കുട്ടികളാരും പോകാൻ കൂട്ടാക്കിയില്ല. അവർക്കിനിയും അത്ഭുതങ്ങൾ കാണണം. സൂരജിന് ഒരു വിദ്യകൂടി കാണിക്കാതെ പിൻവാങ്ങാൻ നിവൃത്തിയില്ലാതായി.

സൂരജ് മുറിക്കുള്ളിൽ കടന്ന് ഇയർബഡ്സ് ഇട്ടുവച്ചിട്ടുള്ള ടിന്നുമായി തിരിച്ചെത്തി. കുട്ടികൾ സന്തോഷത്താൽ കയ്യടിച്ചുകൊണ്ടിരുന്നു. എല്ലാ കണ്ണുകളും ആകാംക്ഷകൊണ്ട് വികസിച്ചിട്ടുണ്ട്.

സൂരജ് അഴിച്ചുമാറ്റിവച്ച തൂവാലയെടുത്ത് കണ്ണടച്ചുപിടിച്ച് നാണയങ്ങൾ വച്ച് വീണ്ടും മൂടിക്കെട്ടി.

കൂട്ടുകാരിൽ ഒരാളോട് മുന്നോട്ടു വരാൻ സൂരജ് ആവശ്യപ്പെട്ടപ്പോൾ ഓടിയെത്തിയത് മീരയായിരുന്നു.

"ഇയർബഡിന്റെ ടിന്നുതുറന്ന് കുറച്ച് ബഡുകൾ പുറത്തെടുക്കൂ."

മീര കുറെ ബഡുകൾ പുറത്തെടുത്തു.

"ഇനി അവയെ തുല്യഎണ്ണമുള്ള മൂന്നട്ടികളായി മേശ

പ്പുറത്ത് ഭാഗിച്ചുവയ്ക്കൂ. ഓരോ അട്ടിയിലും ഏറ്റവും കുറഞ്ഞത് മൂന്നു ബഡ്സെങ്കിലും ഉണ്ടായിരിക്കണം."

ആ നിർദ്ദേശമനുസരിച്ചുതന്നെ മീര ബഡ്സുകളുടെ മൂന്നട്ടികൾ മേശപ്പുറത്ത് ക്രമീകരിച്ചുവച്ചു.

എ ബി സി എന്നിങ്ങനെ മൂന്നട്ടികൾക്കും സൂരജ് ഓരോ പേരിട്ടു. അതിനുശേഷം മീരയ്ക്കു വീണ്ടും ചില നിർദ്ദേശങ്ങൾ കൊടുത്തു.

"'എ' അട്ടിയിൽനിന്നും 'സി' അട്ടിയിൽനിന്നും മൂന്നു വീതം ബഡ്സുകളെടുത്ത് നടുവിലുള്ള അട്ടിയായ 'ബി'യിലേക്കു വയ്ക്കൂ."

"ഇനി വലത്തേ അറ്റത്ത് അതായത് സി അട്ടിയിൽ എത്ര ബഡ്സുകൾ ബാക്കിയുണ്ടോ അത്രയും ബഡ്സുകൾ

നടുവിലത്തെ അട്ടിയിൽനിന്ന് എടുത്തു മാറ്റണം." (പൂജ്യ മാണെങ്കിൽ ഒന്നും മാറ്റേണ്ടതില്ല.)

മീര സസൂക്ഷ്മം നിർദ്ദേശങ്ങളനുസരിച്ചു.

നടുവിലുള്ള അട്ടിയിൽ ഇപ്പോൾ എത്ര ബഡ്ഡുകൾ അവശേഷിച്ചിട്ടുണ്ടെന്ന് സൂരജിനറിയില്ല.

സൂരജ് പറഞ്ഞു: "ഇപ്പോൾ നടുവിലുള്ളത് എത്ര ബഡ്ഡുകളാണോ അത്രയും എടുത്ത് മീര പോക്കറ്റിലി ട്ടോളൂ."

തന്റെ ജീൻസിന്റെ പോക്കറ്റിലേക്ക് മീര ബഡ്ഡുകൾ നിക്ഷേപിച്ചു.

"മറ്റൊരാളുടെ സഹായംകൂടി എനിക്കാവശ്യമുണ്ട്. ആരാ വരിക?"

"ഞാൻ വരാം സൂരജ്, ഞാൻ വരാം...." മാർട്ടിൻ ചാടി യെണീറ്റു.

"ശരി, മാർട്ടിൻ ഒരു കടലാസും പേനയുമെടുത്ത് ജനിച്ച വർഷം എഴുതിവയ്ക്കൂ."

"ഇനി അതിനെ മാർട്ടിന്റെ വീട്ടിലെ അംഗങ്ങളുടെ എണ്ണംകൊണ്ട് ഗുണിക്കണം."

മാർട്ടിൻ ഗുണിച്ചുനോക്കി ഉത്തരം കണ്ടുപിടിച്ചു.

"ആ ഗുണനഫലത്തിനോടൊപ്പം ഏതെങ്കിലുമൊരു ടെലിഫോൺ നമ്പറിലെ അക്കങ്ങൾ കൂട്ടിക്കോളൂ."

ഇപ്പോൾ കിട്ടിയ സംഖ്യയെ ക്രമം തെറ്റിച്ചെഴുതുവാൻ സൂരജ് പറഞ്ഞു. തുടർന്ന് യഥാർഥ സംഖ്യയും ക്രമം തെറ്റിച്ചെഴുതിയ സംഖ്യയും തമ്മിലുള്ള വ്യത്യാസം കാണു വാനും.

ഇനി വേണ്ടത്, ഒടുവിൽ കിട്ടിയ സംഖ്യയിലെ ഓരോ അക്കങ്ങളും തമ്മിൽ കൂട്ടി ഒരു ഒറ്റസംഖ്യയാക്കുക എന്ന താണ്. അതായത് രണ്ടക്കസംഖ്യയാണ് ഉത്തരം കിട്ടു

ന്നതെങ്കിൽ ഒറ്റയുടെയും പത്തിന്റെയും സ്ഥാനത്തുള്ള രണ്ട് സംഖ്യകളും തമ്മിൽ കൂട്ടി ഒറ്റസംഖ്യയാക്കണം.

സൂരജ് പറഞ്ഞതുപോലെ മാർട്ടിൻ ക്രിയകൾ ചെയ്ത് ഒടുവിൽ ആ ഒറ്റസംഖ്യ കണ്ടെത്തി.

“ഇനി ആ ഒറ്റ സംഖ്യ വലുതാക്കി എഴുതിയശേഷം മീരയുടെ കയ്യിൽ കൊടുക്കൂ.”

സൂരജ് തന്റെ കണ്ണുകൾ മൂടിക്കെട്ടിയ തൂവാല അഴിച്ചുമാറ്റി. എന്നിട്ട് മീരയോടു പോക്കറ്റിലിട്ട ബഡ്സുകളെടുത്ത് എണ്ണിനോക്കാൻ പറഞ്ഞു. അത്ഭുതം! മാർട്ടിൻ കടലാസിലെഴുതിയ ഒറ്റസംഖ്യയും ഇയർബഡ്സുകളുടെ എണ്ണവും തുല്യം!

രഹസ്യം

ഗണിതശാസ്ത്രത്തിൽ ഒട്ടേറെ ജാലവിദ്യകൾ ഉൾക്കൊള്ളുന്ന ഒരു സംഖ്യയാണ് ‘9’ എന്ന് നേരത്തെ സൂചിപ്പിച്ചുവല്ലോ. ഈ അത്ഭുതത്തിനുപിന്നിലും 9 എന്ന മാന്ത്രികസംഖ്യയാണ്. തുല്യമായി വീതിച്ചിട്ടുള്ള ബഡ്സുകളിൽ മേൽപ്പറഞ്ഞ പ്രകാരമുള്ള ക്രിയകൾ ചെയ്യുമ്പോൾ നടുവിലത്തെ അട്ടിയിൽ 9 ബഡ്സുകൾ അവശേഷിക്കുമെന്നത് പരീക്ഷിച്ചുനോക്കി മനസ്സിലാക്കുക. അതുപോലെ തന്നെ ഏതൊരു സംഖ്യയെയും ക്രമം തെറ്റിച്ചെഴുതി അവ തമ്മിലുള്ള വ്യത്യാസം കണ്ട് കിട്ടുന്ന ഉത്തരത്തിലെ അക്കങ്ങൾ പരസ്പരം കൂട്ടുമ്പോൾ കിട്ടുന്നത് 9 എന്ന സംഖ്യയായിരിക്കും.

16

ശീട്ടുകളുടെ ജാലവിദ്യകൾ

പരീക്ഷ കഴിഞ്ഞ് മധ്യവേനൽ അവധിക്കായി സ്കൂള ടയ്ക്കുന്ന ദിവസം. കുട്ടികൾ പരീക്ഷയുടെ പിരിമുറുക്ക ത്തിൽനിന്ന് വിമുക്തരായി വരാന്തയിലും ഗ്രൗണ്ടിലും ഓടി നടന്നു. ദീപയുടെയും സൂരജിന്റെയും സാന്നിധ്യമില്ലാത്ത ദിവസങ്ങൾ കുട്ടികളെ സംബന്ധിച്ച് വിരസതയുടേതായി രിക്കുമെന്നുറപ്പാണ്. അവർ കൊച്ചുമാന്ത്രികതാരങ്ങൾക്കു ചുറ്റും മൗനം ഭജിച്ച് നിന്നു.

അപ്പോഴല്ലേ കഥ! അതാ വരുന്നൂ, സാക്ഷാൽ ഹെഡ്മാസ്റ്റർ. കുട്ടികൾ ദീപയെയും സൂരജിനെയും മാറി മാറി നോക്കി.

"ഇന്ന് നിങ്ങളുടെ ദിവസമാണ്. പരീക്ഷ കഴിഞ്ഞതു കൊണ്ട് എത്ര സമയം വേണമെങ്കിലും കൂട്ടുകാരെ മാത്ത മാജിക് കാണിച്ച് രസിപ്പിച്ചോളൂ ആരും തടയില്ല."

ഹെഡ്മാസ്റ്ററുടെ വാക്കുകൾ കേട്ട് കുട്ടികൾ അത്ഭുതംകൂറി.

ദീപയും സൂരജും പ്രതിമകണക്കെ മിഴിച്ചുനിന്നു. ഹെഡ്മാസ്റ്റർ സ്ഥലം വിട്ടശേഷമാണ് രണ്ടുപേർക്കും ശ്വാസം നേരെ വീണത്.

എന്താണ് കാര്യമെന്നല്ലേ. രണ്ടുപേരും അന്ന് മാത്ത മാജിക് കാണിക്കാൻ കൊണ്ടുവന്നിരിക്കുന്നത് പ്ലേയിങ് കാർഡ്സാണ്.   ചീട്ടുകളി നിയമവിരുദ്ധമാണെന്നവർക്ക റിയാം.

ഹെഡ്മാസ്റ്ററുടെ സൗമ്യമായ ഇടപെടലും പ്രോൽസാ ഹനവും കണ്ടാണ് ഇരുവരും ചീട്ടുകളുമായി സ്കൂളിലെ ത്താൻ ധൈര്യം കാണിച്ചത്. എന്നാൽ ഹെഡ്മാസ്റ്റർ മുന്നി ലെത്തിയപ്പോഴേക്കും ധൈര്യമെല്ലാം ചോർന്നുപോയി.

കൂട്ടുകാർ പക്ഷേ, സൂര ജിനെയും ദീപയെയും വിടാൻ കൂട്ടാക്കിയില്ല. പ്രത്യേകിച്ചും പ്ലേയിങ് കാർഡ്സ് കണ്ടത് കുട്ടികളുടെ ആകാംക്ഷ വർധിക്കാനിടയാക്കി.

ഇതിനകം സൂരജും ദീപയും തമ്മിലുള്ള വൈര മെല്ലാം അവസാനിക്കുകയും ഇരുവരും നല്ല സുഹൃത്തു ക്കളായിത്തീരുകയും ചെയ്തിരുന്നു. ദീപയും സൂരജും കൂടി കുട്ടികളെ പ്ലേയിങ് കാർഡ്സ് പരിചയപ്പെടുത്തുക

യായിരുന്നു ആദ്യം ചെയ്തത്. അവരിൽ പലർക്കും ചീട്ടു കളുടെ ഡിസൈനുകളും വിലയുമൊന്നും അറിയില്ല. ചീട്ടു കളുപയോഗിച്ച് ഗണിതമാജിക്കിൽ നൂറുകണക്കിന് വിദ്യ കൾ ചെയ്യാനാവും. പക്ഷേ, അത് മനസ്സിലാവണമെങ്കിൽ ആദ്യം ശീട്ടുകളുടെ മൂല്യങ്ങൾ അറിഞ്ഞിരിക്കണം.

സൂരജും ദീപയും താന്താങ്ങൾ കൊണ്ടുവന്ന ശീട്ടു പെട്ടി പുറത്തെടുത്തു. മറുഭാഗത്ത് മനോഹരമായ പൂക്ക ളുടെ ചിത്രങ്ങളുള്ള ചീട്ടുകളാണ് ദീപയുടെ കയ്യിൽ. സൂര ജിന്റേത് കിളികളുടെ ചിത്രങ്ങളുള്ള ചീട്ടുകളും.

സൂരജ് കുട്ടികളോടായി ചോദിച്ചു: "നിങ്ങൾക്കറി യാമോ ഒരു ചീട്ടുപെട്ടിയിൽ എത്ര ചീട്ടുകളാണുള്ള തെന്ന്?"

"56" ടിനു ഉറക്കെ വിളിച്ചുപറഞ്ഞു.

"ശരി, ഇതിൽ എത്രതരം ഡിസൈനുകളുണ്ട്?"

"ഡൈമണ്ട്, ആഡുതൻ, ഹേർട്ട്സ്, ക്ലാവർ."

ടിനു പറഞ്ഞത് പല കുട്ടികൾക്കും മനസ്സിലായില്ല. അതുകൊണ്ട് സൂരജ് വിശദമായി ചീട്ടുകളെ പരിചയപ്പെ ടുത്തിക്കൊടുത്തു. A 2, 3, 4, 5, 6,7, 9, 10, J, K,Q,Jocker, എന്നിങ്ങനെ 13 എണ്ണമടങ്ങുന്ന നാലു വിഭാഗങ്ങളായി തരംതിരിച്ചിരിക്കുന്ന ചീട്ടുകളിൽ A യുടെ മൂല്യം 1 ഉം J യുടേത് 11 ഉം K യുടേത് 12 ഉം ആണെന്ന് സൂരജ് വിശ ദമാക്കി. അപ്പോൾ ഓരോ വിഭാഗത്തിലുമായി നാല് എയ്സുകൾ (A), നാലു ജാക്സ് (J), നാല് കിങ് (K), നാല് ക്യൂൻ (Q) എന്നീ കാർഡുകൾ ഉണ്ടായിരിക്കും. കൂടാതെ ഒരു ജോക്കറും. ജോക്കറിന് പ്രത്യേകിച്ച് വില യില്ല.

ആദ്യത്തെ ഇനം ദീപയാണ് അവതരിപ്പിക്കുന്നത്.

ദീപ നിലത്ത് ചമ്രം പടിഞ്ഞിരുന്നു. കുട്ടികളെല്ലാം ദീപയുടെ മുന്നിലായും ഇരുന്നു. ഒരു വലിയ തൂവാല

വിരിച്ച് അതിനുമുകളിൽ അവൾ തന്റെ ചീട്ടുകൾ വച്ചു. എന്നിട്ട് മുന്നിലിരുന്ന നീലിമയോട് 10 നും ഇരുപതിനും ഇടയ്ക്കുള്ള ഒരു സംഖ്യ തെരഞ്ഞെടുക്കാൻ പറഞ്ഞു.

നീലിമ തെരഞ്ഞെടുത്ത സംഖ്യ 15 ആണെന്ന് അവൾ പറഞ്ഞു. ഉടനെ ദീപ 15 ചീട്ടുകൾ എണ്ണിയെടുത്ത് നീലി മയുടെ മുന്നിൽ വിരിച്ച തൂവാലയിൽ വച്ചു. എന്നിട്ട് 15 എന്ന സംഖ്യയിലെ രണ്ട് അക്കങ്ങൾ തമ്മിൽ കൂട്ടാൻ പറഞ്ഞു. 1+5=6 എന്നാണ് നീലിമയ്ക്ക് ഉത്തരം കിട്ടിയത്.

നീലിമയുടെ മുന്നിൽനിന്ന് 6 ചീട്ടുകളെടുത്ത് ദീപ തന്റെ തൂവാലയിൽ വച്ചു. അവശേഷിച്ചിരുന്ന ചീട്ടുകളിൽ ഏറ്റവും മുകളിലിരുന്ന ഒരു ചീട്ട് ദീപ നീലിമയുടെ തൂവാ ലയുടെ ഒരു മൂലയിലേക്ക് നീക്കിവച്ചു. ബാക്കിയുള്ള ചീട്ടുകൾ ദീപ തന്റെ കയ്യിലുള്ള അട്ടിയുടെ മുകളിലേക്കും വച്ചു. (ചീട്ടുകളെല്ലാം ദീപ കമിഴ്ത്തിയാണ് വച്ചിരുന്നത്.)

ഇതേ പ്രക്രിയ ദീപ നാലുപ്രാവശ്യം ചെയ്തു. അതാ യത് നീലിമ ഓരോ തവണയും 10 നും ഇരുപതിനുമിടയി ലുള്ള ഏതെങ്കിലുമൊരു നമ്പർ പറയും. (നാലു തവണയും വെവ്വേറെ നമ്പറുകളാണ് പറയുന്നത്) ഓരോ തവണയും നീലിമയുടെ തൂവാലയുടെ ഓരോ മൂലയിലായി ദീപ ഓരോ ചീട്ടുകൾ വച്ചു. ഇപ്പോൾ തൂവാലയുടെ നാലു മൂലയിലും ഓരോ ചീട്ടുകൾ വീതം വന്നിട്ടുണ്ട്.

ദീപ ഒരു കുസൃതിച്ചിരിയോടെ നീലിമയുടെ തൂവാ ലയുടെ മൂലകളിൽ വച്ച ഓരോ ചീട്ടുമെടുത്ത് മലർത്തി വച്ചു. ഇവിടെ അത്ഭുതം സംഭവിച്ചിരിക്കുന്നു. ഒരു ചീട്ടു പെട്ടിയിലുള്ള നാലു എയ്സുകളും ഒന്നിച്ചെത്തിയിരി ക്കുന്നു.

കുട്ടികൾ പരസ്പരം മിഴിച്ചുനോക്കിക്കൊണ്ടിരുന്നു. കശക്കുമ്പോൾ പലയിടങ്ങളിലായിപ്പോകുന്ന ചീട്ടുകൾ

എങ്ങനെ ഒരുമിച്ചെത്തിയെന്നാണ് അവർ അന്യോന്യം ചോദിച്ചത്.

രഹസ്യം

ചീട്ടുപെട്ടിയിലെ ചീട്ടുകളിൽ വിദ്യ അവതരിപ്പി ക്കുന്നതിനുമുമ്പുതന്നെ ആരും കാണാതെ ഒരു ചെറിയ ക്രമീകരണം നടത്തിയിരിക്കണം. അതായത് ഏറ്റവും മുക ളിൽനിന്ന് താഴോട്ട് 9 മുതൽ 12 വരെ വച്ചിട്ടുള്ളത് നാല് എയ്സുകളായിരിക്കും. മുമ്പു പല വിദ്യകൾക്കും പറഞ്ഞി ട്ടുള്ളതുപോലെ കശക്കുമ്പോൾ ഇവയുടെ സ്ഥാനം തെറ്റി പ്പോകാതെ സൂക്ഷിക്കണം. അതായത് വിദ്യ ആരംഭിക്കും മുമ്പ് ചീട്ടട്ടിയിലെ നാല് എയ്സുകൾക്കു മുകളിൽ 8 (എട്ട്) ചീട്ടുകൾ ഉണ്ടായിരിക്കണം.

17

അമീറിന്റെ പോക്കറ്റിനുള്ളിൽ ഒരു അത്ഭുതം

ദീപയുടെ ചീട്ടുവിദ്യ അവസാനിച്ചതും ഒട്ടും സമയം കളയാതെ സൂരജ് ചീട്ടുപെട്ടിയുമായി കുട്ടികളുടെ മുന്നി ലെത്തി.

കൂട്ടുകാരെയെല്ലാം ഒഴിഞ്ഞ ഒരു ക്ലാസ്സ് മുറിയിലേക്കു കൂട്ടിക്കൊണ്ടുപോയ സൂരജ് ഒരു വെള്ളക്കടലാസിൽ എന്തോ കുറിച്ചശേഷം മുന്നിലിരുന്ന അമീറിന്റെ പോക്ക റ്റിൽ നിക്ഷേപിച്ചു. എന്നിട്ട് തന്റെ ചീട്ടുപെട്ടിയിൽനിന്ന് ചീട്ടുകൾ പുറത്തെടുത്ത് നന്നായി കശക്കിയശേഷം അതിൽനിന്ന് 12 ചീട്ടുകൾ എണ്ണിയെടുത്ത് മേശപ്പുറത്ത് നിരത്തിവച്ചു.

അതിൽനിന്നും ഇഷ്ടപ്പെട്ട 4 ചീട്ടുകൾ എടുത്തുകൊ ള്ളാൻ സൂരജ് അമീറിന് അനുവാദം നൽകി. അതു കേട്ടതേ അമീർ 4 ചീട്ടുകൾ തെരഞ്ഞെടുത്തു.

മേശപ്പുറത്ത് ബാക്കിയുണ്ടായിരുന്ന 8 ചീട്ടുകൾ സൂരജ് തന്റെ കയ്യിൽ പിടിച്ചിരുന്ന ചീട്ടുകൾക്കൊപ്പം ചേർ ത്തുവച്ചു.

തുടർന്ന് അമീർ തെരഞ്ഞെടുത്ത 4 ചീട്ടുകൾ ഓരോ ന്നായി മേശപ്പുറത്ത് മലർത്തിവയ്ക്കാൻ സൂരജ് ആവശ്യ പ്പെട്ടു.

സൂരജ് ചീട്ടുകൾ വച്ചുകഴിഞ്ഞപ്പോൾ അതാതു ചീട്ടിനുമുകളിൽ 10 തികയുന്നതു വരെ സൂരജ് തന്റെ കയ്യിൽനിന്നും ചീട്ടുകളെടുത്ത് കമിഴ്ത്തിവച്ചു. ഉദാഹരണത്തിന് 3, 5, 7, 9 എന്നീ വിലകളുള്ള കാർഡുകളാണ് അമീർ വച്ചതെന്നിരിക്കട്ടെ. സൂരജ് 3 ന്റെ കൂടെ 7 ഉം 5 ന്റെ കൂടെ 5 ഉം 7 ന്റെ കൂടെ 3 ഉം 9ന്റെ കൂടെ 1 ഉം ചീട്ടുകൾ വയ്ക്കുന്നു. JKQ എന്നീ ചീട്ടുകൾ വന്നാൽ അവയുടെ മൂല്യം 10 ആയിട്ടാണ് കൂട്ടേണ്ടത്.

ഈ നാല് അട്ടി ചീട്ടുകളുടെയും അടിയിൽ മലർന്നിരിക്കുന്ന ചീട്ടുകൾ അതായത് അമീർ തെരഞ്ഞെടുത്ത ചീട്ടുകൾ ഇരിക്കുന്നുണ്ടല്ലോ. സൂരജ് ഈ ചീട്ടുകളുടെ മൂല്യങ്ങൾ തമ്മിൽ കൂട്ടി. തുടർന്ന് ആ സംഖ്യയ്ക്കു തുല്യമായി തന്റെ കയ്യിലെ ചീട്ടുകൾ എണ്ണിമാറ്റാൻ തുടങ്ങി. മേൽപ്പറഞ്ഞ ഉദാഹരണം മുൻനിർത്തി പറഞ്ഞാൽ 3+5+7+9=24 എന്നു കിട്ടുമ്പോൾ സൂരജ് തന്റെ 25 ചീട്ടുകൾ എണ്ണിമാറ്റുന്നു. ഏറ്റവും ഒടുവിലത്തെ ചീട്ട് മാത്രം

സൂരജ് മലർത്തിവച്ചപ്പോൾ അതിൽ എന്തോ സൂചനയു
ണ്ടെന്ന് കുട്ടികൾക്കു മനസ്സിലായി. എല്ലാവരും സൂരജി
നെത്തന്നെ ഉറ്റുനോക്കിനിന്നു.

സൂരജ് വിജയഭാവത്തിൽ എല്ലാവരെയും ഒന്നു
നോക്കി. എന്നിട്ട് അമീറിന്റെ പോക്കറ്റിലേക്ക് എല്ലാവരു
ടെയും ശ്രദ്ധ ക്ഷണിച്ചു. പോക്കറ്റിലെ കടലാസ് നിവർത്തി
ഒടുവിൽ മലർത്തിവച്ച ആ സൂചനാകാർഡുംകൂടി ചേർ
ത്തുപിടിച്ച് സൂരജ് എല്ലാവരെയും കാണിച്ചു.

കുട്ടികൾ മഴ പെയ്യുംപോലെ കയ്യടിച്ചു. പ്രവചന
ത്തിലെഴുതിയ ചീട്ടും സൂചനാകാർഡും ഒന്നുതന്നെ.

രഹസ്യം

എല്ലാ ചീട്ടുകളുമുള്ള പെട്ടിയിൽനിന്ന് ജോക്കർ
എടുത്തു മാറ്റിയശേഷം ഏറ്റവും അടിയിലിരിക്കുന്ന
കാർഡ് ഏതെന്നുള്ളത് സൂത്രത്തിൽ കണ്ടുവയ്ക്കണം.
ഇതിന് മാജിക്ഭാഷയിൽ 'കീ' കാർഡ് എന്നാണ് പറ
യുക. ഈ കാർഡിന്റെ മൂല്യമാണ് പ്രവചനമായി മുൻകൂട്ടി
എഴുതിക്കൊടുക്കുന്നത്. അതിനുശേഷം മേശപ്പുറത്തിരുന്ന
12 ശീട്ടുകളിൽനിന്ന് അമീർ എടുത്ത 4 എണ്ണത്തിന്റെ
ബാക്കിയുള്ള 8 ചീട്ടുകൾ സൂരജ് തന്റെ കയ്യിലെ ചീട്ടുക
ളുടെ ഏറ്റവും അടിയിലായി ചേർത്തുവച്ചു. അതായത്
'കീ' കാർഡിന്റെ അടിയിൽ. ഇനി അമീർ തെരഞ്ഞെടുത്ത
4 ശീട്ടുകൾക്കൊപ്പം 10 തികയ്ക്കാനായി ചീട്ടുകൾ എണ്ണി
വച്ചശേഷം അമീർ തെരഞ്ഞെടുത്ത 4 ചീട്ടുകളുടെയും
മൂല്യങ്ങൾ തമ്മിൽ കൂട്ടുന്നു. പ്രസ്തുത സംഖ്യക്കു തുല്യ
മായി ചീട്ടുകൾ എണ്ണി മാറ്റുമ്പോൾ ഒടുവിലത്തെ നമ്പർ
ഏതാണോ ആ സ്ഥാനത്തുവരുന്ന ചീട്ട് പ്രവചിച്ചെഴുതിയ
ചീട്ടുതന്നെയായിരിക്കും.

18

മോളിയും ജോഡികളുടെ ജാലവിദ്യയും

സ്കൂൾ വിടാനുള്ള സമയമായിരുന്നു. പക്ഷേ, കുട്ടി കളാരും ക്ലാസ്സുമുറികളിലേക്കു മടങ്ങിപ്പോകാൻ തയ്യാറാ യില്ല. അവർ ദീപയുടെയും സൂരജിന്റെയും കൂടെ മാത്ത മാജിക്കുകളുടെ ലോകത്ത് മുഴുകിനിൽക്കുകയാണ്. അധ്യാപകരെല്ലാം സ്റ്റാഫ്റൂമിൽ കൂടിയിരുന്ന് എന്തോ ഗൗരവമായ ചർച്ചയിലായിരുന്നു. സൂരജും ദീപയും ഓരോ വിദ്യകളുംകൂടി കാണിക്കാമെന്ന തീരുമാനത്തിലെത്തി.

നന്നായി കശക്കണമെന്ന നിർദ്ദേശത്തോടെ ദീപ ചീട്ടു പെട്ടി മോളിയുടെ കയ്യിലേക്കു കൊടുത്തു. കശക്കാൻ താൻ ഒട്ടും മോശമല്ലെന്ന് തെളിയിക്കുന്ന തരത്തിലായി രുന്നു മോളിയുടെ പ്രകടനം. ഈ സമയം ദീപ ആരും കാണാതെ എന്തോ എഴുതി ഒരു കവറിനുള്ളിലാക്കി മോളിയുടെ സ്കൂൾബാഗിനുള്ളിൽ നിക്ഷേപിച്ചു.

മോളി കശക്കിക്കഴിഞ്ഞ ചീട്ടുകൾ ജോഡികളാക്കു കയാണ് ഇനി ചെയ്യേണ്ടത്. നിറങ്ങൾക്ക് അനുസൃതമാ യിട്ടുവേണം ജോഡി തിരിക്കാൻ എന്ന കാര്യം ദീപ പ്രത്യേകം ഓർമ്മിപ്പിച്ചു. (ക്ലാവറിനും സ്പേഡിനും കറുപ്പുനിറവും ഹേർട്സിനും ആഡുതനും ചുവപ്പുനിറവു

മായിരിക്കും). ക്ലാവറിലേയും സ്പേഡിലേയും ഒരേ മൂല്യങ്ങളുള്ള ഓരോ ചീട്ടുകളടങ്ങുന്നതാണ് ഒരു ജോഡി എന്നുദ്ദേശിക്കുന്നത്. അതുപോലെതന്നെ ചുവപ്പ് ചീട്ടുകളുടെ കാര്യത്തിലും.

അങ്ങനെ നിറങ്ങളുടെ അടിസ്ഥാനത്തിൽ ഓരോ ജോഡിയും രണ്ട് അട്ടികളിലായി വച്ചു. അവസാനം ഓരോ ജോഡിയിലും എത്ര വീതം ചീട്ടുകള്

ളുണ്ടെന്ന് എണ്ണിനോക്കുവാൻ മോളിയോട് ആവശ്യപ്പെട്ടു. മോളി വളരെ പെട്ടെന്ന് എണ്ണിത്തിട്ടപ്പെടുത്തി എണ്ണം കടലാസിൽ കുറിച്ചുവച്ചു.

"മോളി കുറിച്ചുവച്ചത് എടുത്ത് എല്ലാവരെയും കാണിക്കൂ."

ദീപ ആവശ്യപ്പെട്ടതുപ്രകാരം മോളി എഴുതിയത് ഉയർത്തിക്കാണിച്ചു. "കറുത്ത ചീട്ടുകൾ 16 ഉം ചുവന്ന

ചീട്ടുകൾ 12ഉം.”

“ഇനി ആ ബാഗിൽനിന്ന് കവർ പുറത്തെടുത്ത് വായിച്ചു നോക്കൂ.”

മോളി കവർ പൊട്ടിച്ച് ഉറക്കെ വായിച്ചു.

“ചുവന്ന ചീട്ടുകളേക്കാൾ കറുത്ത ചീട്ടുകൾ നാലെണ്ണം കൂടുതലായിരിക്കും.”

കുട്ടികൾ കയ്യടിക്കുന്നതിനിടയിൽ കൂട്ടബെല്ലടിച്ചു.

രഹസ്യം

കശക്കലിനുമുമ്പുതന്നെ 52 ചീട്ടുകളുള്ള ഒരു ചീട്ടുപെട്ടിക്കുള്ളിൽനിന്നും ഏതാനും ചീട്ടുകൾ എടുത്ത് മാറ്റിയിരിക്കണം. ദീപ ചെയ്തത് ഇത്രമാത്രം. ആരുമറിയാതെ നാലു ചുവന്ന ചീട്ടുകൾ എടുത്തു മാറ്റിയിരുന്നു. പ്രവചനത്തിൽ എഴുതാനുദ്ദേശിക്കുന്നത് എത്രയാണോ അത്രയും ചീട്ടുകൾ ഏതെങ്കിലുമൊരു നിറത്തിൽനിന്ന് എടുത്ത് മാറ്റിയിരിക്കണം. ഇവ ജോഡികളായി വേഗം എടുത്തു മാറ്റണമെങ്കിൽ മാറ്റാനുദ്ദേശിക്കുന്ന ജോഡികൾ ചീട്ടട്ടിയുടെ ഏറ്റവും അടിയിലായി പിടിച്ചിരിക്കണം. പ്രത്യേക രീതിയിൽ കശക്കുമ്പോൾ ഈ ചീട്ടുകൾ ഒരുമിച്ച് അട്ടിയുടെ മുകളിലെത്തിക്കാനും വളരെ പെട്ടെന്ന് മാറ്റാനും കഴിയും.

19

കൺഫ്യൂഷൻ നമ്പർ

വൈകിയ വേളയിൽ വളരെ തിടുക്കത്തിലായിരുന്നു ദീപയുടെ പ്രകടനം. സ്കൂളിന്റെ പടിവാതിലടയ്ക്കാൻ ഇനി ഏതാനും മിനിട്ടുകൾ മാത്രമേ അവശേഷിക്കുന്നുള്ളൂ.

ദീപ ചീട്ടുകൾ പലതരത്തിൽ കശക്കിയശേഷം രണ്ടു ചീട്ടുകൾ തെരഞ്ഞെടുത്തു. അവൾ അത് കൂട്ടുകാരെ കാണിച്ചു. ക്ലാവർ 9, സ്പേഡ് 6 എന്നീ ചീട്ടുകളായിരുന്നു അവ.

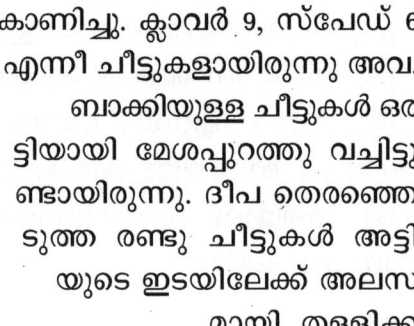

ബാക്കിയുള്ള ചീട്ടുകൾ ഒര ട്ടിയായി മേശപ്പുറത്തു വച്ചിട്ടു ണ്ടായിരുന്നു. ദീപ തെരഞ്ഞെ ടുത്ത രണ്ടു ചീട്ടുകൾ അട്ടി യുടെ ഇടയിലേക്ക് അലസ മായി തള്ളിക്ക

യറ്റി. രണ്ടു ചീട്ടുകളും വെവ്വേറെ ഭാഗങ്ങളിലായാണ് വച്ചി
രുന്നത്. തുടർന്ന് ചീട്ടുകൾ മൊത്തമായി വലതുകയ്യിലെ
ടുത്ത് തള്ളവിരലിനും ചൂണ്ടുവിരലിനുമിടയിൽ തിരുപ്പി
ടിച്ചുകൊണ്ട് നിന്നു.

"നമ്പർ വൺ, ടൂ, ത്രീ....."ദീപ ചീട്ടുകൾ മേശപ്പുറ
ത്തേക്കിട്ടു. പക്ഷേ, രണ്ടു ചീട്ടുകൾ മാത്രം ദീപയുടെ
കയ്യിൽത്തന്നെ ഇരിക്കുന്നുണ്ടായിരുന്നു. കുട്ടികളെല്ലാം
അതുതന്നെ നോക്കിക്കൊണ്ടിരുന്നു.

ഒരു കള്ളച്ചിരിയോടെ ദീപ ആ രണ്ടു ചീട്ടുകളുടെ
'ഫെയ്സ്' (മുൻവശം) കാണിച്ചു.

"ഹായ്! ദീപ ആദ്യം തെരഞ്ഞെടുത്ത അതേ ചീട്ടു
കൾ."

അട്ടിയുടെ ഏതോ ഭാഗങ്ങളിലായി തിരുകിവച്ച ചീട്ടു
കൾ ഒറ്റയടിക്ക് എങ്ങനെ ദീപയുടെ കയ്യിലെത്തി? കുട്ടി
കളാകെ അസ്വസ്ഥരാവുന്നത് ദീപയ്ക്ക് കാണാമായിരുന്നു.

രഹസ്യം

നമ്പറുകളിൽ കൺഫ്യൂഷനുണ്ടാക്കുന്നു എന്നതാണ്
ഈ മാത്തമാജിക്കിലെ രഹസ്യം. അതായത് ക്ലാവർ 9,
സ്പേഡ് 6 എന്നീ ചീട്ടുകൾക്ക് സമാനമായി സ്പേഡ് 9,
ക്ലാവർ 6 എന്നീ ചീട്ടുകളും ചീട്ടുപെട്ടിയിൽ ഉണ്ടാവുമല്ലോ.
രണ്ടും കറുത്ത പുള്ളികളായതിനാൽ അതാതിന്റെ നമ്പ
റുകൾ പെട്ടെന്ന് ഓർമ്മിക്കുകയില്ല. അങ്ങനെ ഒരു ആശ
യക്കുഴപ്പത്തിന്റെ പിടിയിൽ കാണികൾ നിൽക്കുമ്പോൾ
പെർഫോമർക്ക് സമർഥമായി തന്റെ പണി പറ്റിച്ച് കൈയടി
നേടാം. സമാനമായ ചീട്ടുകൾ (സ്പേഡ് 9, ക്ലാവർ 6) മുൻകൂ
ട്ടിയെടുത്ത് ഒരെണ്ണം ചീട്ടട്ടിയുടെ ഏറ്റവും അടിയിലും
ഒന്ന് മുകളിലുമായി പിടിക്കണം. ചീട്ടട്ടി ഒന്നാകെ മേശപ്പുറ
ത്തേക്ക് തെന്നിച്ചിടുമ്പോൾ ഈ രണ്ടു കാർഡുകൾ കയ്യിൽ
അവശേഷിപ്പിക്കാൻ ചെറിയൊരു പരിശീലനം മാത്രം മതി.

20

'ദി മാത്തമാറ്റിക് മാജിക്'

ഒരു അധ്യയനവർഷത്തിന്റെ നിറഞ്ഞ ഓർമ്മകളു മായി കുട്ടികൾ സ്കൂളിന്റെ പടിയിറങ്ങി. ദീപയെയും സൂര ജിനെയും പിരിയാൻ കൂട്ടുകാർക്ക് വല്ലാത്ത വിഷമമായി രുന്നു. ആ വിഷമം മനസ്സിലാക്കിയ മാന്ത്രികക്കുസൃതി കൾ രണ്ടുപേരുംകൂടി ഒരു പോംവഴി കണ്ടുപിടിച്ചു. അവ ധിക്കാലത്ത് അവർ തങ്ങളെക്കുറിച്ച് ഓർക്കാനായി ഒരു വിദ്യ പഠിപ്പിച്ചുകൊടുക്കുക. കൂട്ടത്തിൽ അവരും അവധി ക്കാലം അവിസ്മരണീയമാക്കട്ടെ.

സ്കൂളിലെ ഒഴിവുവേളകളിൽ ദീപയും സൂരജും പുതിയ വിദ്യകൾ മെനഞ്ഞെടുക്കാറുണ്ടായിരുന്നു. അങ്ങനെ അവർക്കു കൈവന്ന ഒരു വിദ്യയാണ് 'ദി മാത്ത മാറ്റിക് മാജിക്'. സ്കൂളിന്റെ പടികളിലിരുന്ന് ചുറ്റുംകൂ ടിയ കുട്ടികൾക്കുമുമ്പിൽ അവർ ചീട്ടുകൾക്കൊണ്ടുള്ള ആ ഗണിതജാലത്തിന്റെ ചുരുളഴിച്ചു.

സൂരജാണ് അവതാരകനായത്. പോക്കറ്റിൽനിന്നെ ടുത്ത ചീട്ടുപെട്ടി തുറന്ന് മുഴുവൻ ചീട്ടുകളും പുറത്തെ ടുത്തു. കുട്ടികളിൽ ഒരാൾ വന്ന് ചീട്ടുകൾ നന്നായി കശക്കി. തുടർന്ന് സൂരജ് തന്റെ മടിയിലിരുന്ന സ്കൂൾ

ബാഗിനുമുകളിൽ ചീട്ടുകൾ നേർപകുതിയായി ഭാഗിച്ചു വച്ചു. അവയിൽ ഇഷ്ടമുള്ള ഒരട്ടി ചീട്ട് സൂരജിന്റെ തൊട്ട ടുത്തിരുന്ന ഷഹാനയോട് തെരഞ്ഞെടുക്കാൻ പറഞ്ഞു.

അങ്ങനെ ഷഹാന അതിൽനിന്ന് ഒരട്ടി കയ്യിലെടു ത്തുപിടിച്ചു. സൂരജ് പറഞ്ഞതനുസരിച്ച് ഷഹാന തന്റെ കയ്യിലുള്ള ചീട്ടുകൾ എത്രയുണ്ടെന്ന് എണ്ണിത്തുടങ്ങി.

"ഷഹാന, ആരും കാണാതെ മറച്ചുപിടിച്ചെണ്ണൂ." ദീപ യാണ് അത് ഓർമ്മിപ്പിച്ചത്. ഷഹാന കുനിഞ്ഞിരുന്ന് തന്റെ തിളങ്ങുന്ന തട്ടം മുന്നോട്ടിട്ട് മറച്ചുപിടിച്ച് എണ്ണാൻ തുടങ്ങി. ഷഹാനയ്ക്കു കിട്ടുന്ന ഉത്തരം ഒരു രണ്ടക്ക സംഖ്യയായിരിക്കുമെന്ന് ഉറപ്പാണല്ലോ. ഷഹാനയ്ക്കു കിട്ടിയ ആ സംഖ്യയിലെ ഒറ്റയുടെയും പത്തിന്റെയും സ്ഥാനത്തുള്ള രണ്ടക്കങ്ങൾ തമ്മിൽ കൂട്ടാൻ സൂരജ് ആവശ്യപ്പെട്ടു.

ഷഹാനയ്ക്ക് കിട്ടുന്ന ഉത്തരം എത്രയാണോ അത്രയും ചീട്ടുകൾ കയ്യിലിരിക്കുന്ന ചീട്ടട്ടിയുടെ അടി യിൽനിന്ന് ഓരോന്നായെടുത്ത് മുകളിലേക്കു വച്ചുകൊ ള്ളാൻ സൂരജ് പറഞ്ഞു. ഷഹാന ശ്രദ്ധയോടെ ചീട്ടുകൾ പെറുക്കിവച്ചു. ഒടുവിൽവച്ച ചീട്ട് ഏതാണെന്ന് നോക്കി വയ്ക്കാൻ ഷഹാനയ്ക്ക് നിർദേശം കിട്ടിയിരുന്നു.

തുടർന്ന് ഷഹാന തന്റെ കയ്യിലെ ചീട്ടുകൾ ഒന്നാകെ മേശപ്പുറത്തിരിക്കുന്ന അട്ടിയുടെ മുകളിൽ വച്ചു. തുടർന്ന് THE MATHEMATIC MAGIC എന്ന വാചകത്തിലെ ഓരോ അക്ഷരത്തിനും അനുസരിച്ച് ഓരോ ചീട്ടുകളെടുത്ത് മേശ പ്പുറത്തേക്കിട്ടു.

"ശരി, അട്ടിയിലെ അവശേഷിക്കുന്ന ചീട്ടുകളുടെ ഏറ്റവും മുകളിലത്തെ ചീട്ടെടുത്തുനോക്കൂ." ദീപയുടെ വാക്കുകൾ ശ്രദ്ധിച്ചുകൊണ്ട് ഷഹാന ആ ചീട്ടെടുത്തു. ഷഹാന മുമ്പ് നോക്കിവച്ച അതേ ചീട്ട്!

രഹസ്യമെന്ന് പറയാൻ പ്രത്യേകിച്ചൊന്നുമില്ലെന്ന് പറഞ്ഞതുകൊണ്ട് കുട്ടികൾ ഓരോരുത്തരായി ഈ വിദ്യ പരീക്ഷിച്ചുനോക്കി. എല്ലാവർക്കും വിജയമായിരുന്നു ഫലം. ഇതും ഒരു സ്വാഭാവിക ഗണിതവിദ്യയാണ്.

Printed by
Libri Plureos GmbH · Friedensallee 273
22763 Hamburg · Germany